அறவான்

சௌம்யா

எழுத்து
பிரசுரம்

Title: Aravaan
Author's Name: Sowmya

Published by Ezutthu Prachuram

Ezutthu Prachuram
(An imprint of Zero Degree Publishing)
No.75 & 76, Ist Floor, Kuppusamy Street,
Balaji Nagar,
Padi,
Chennai - 600050

Website: www.zerodegreepublishing.com
E Mail id: zerodegreepublishing@gmail.com
Phone: 89250 61999

Ezutthu Prachuram First Edition: March 2025

ISBN : 978-93-95473-14-9

TITLE NO EP:564

Rs. 220/-

Layout : G.Selva kumar
Cover Design : Vijayan, Creative Studio
Printed at Manipal Technologies, India.

அப்பாவுக்கு...

பொருளடக்கம்

அடுத்த அடி

சென்ற ஆண்டு இந்நேரம் பள்ளி புதிது, ஆசிரியர்கள் புதிது, நண்பர்கள் இணக்கமாக அமைவார்களா என பினஃபர் அணிந்து, ரிப்பன் கட்டி, கர்ச்சீஃப் குத்தி பதற்றத்தில் நிற்கும் எல்கேஜி சிறுமியின் மனநிலையில் இருந்தேன். இன்று அந்தத் தயக்கங்கள் உடைந்து, புத்தக ஆக்கமெனும் பள்ளியில், பதிப்பக ஆசிரியர்கள் துணையுடன், வாசக நண்பர்களின் ஆதரவுடன் களிற்றடியில் தேர்ச்சி பெற்றுவிட்டேன் என்றே நம்புகிறேன்.

2024 எதிர்பார்த்ததை விடவும் பாராட்டுகளும் பரிசுகளும் அங்கீகாரங்களும் கிட்டிய ஆண்டாகவே அமைந்தது. மேலும் சிறுகதைகள் எழுத அவை ஊக்கமாக அமைந்தன.

கானல்வரி மின்னிதழில் மதிப்பிற்குரிய எழுத்தாளர் சு. வேணுகோபால் பட்டியலிட்ட வாசகர்கள் கவனம்கொள்ள வேண்டிய நல்ல சிறுகதைத் தொகுப்புகளில் களிற்றடி இருந்தது. ஜெயந்தன் படைப்பிலக்கிய விருதுகள் - 2023 விழாவில் சு.வேணுகோபால் ஆற்றிய நடுவர் உரையில் களிற்றடி தொகுப்பைக் குறிப்பிட்டுப் பேசினார். பாரதி தமிழ் இலக்கியப் பேரவை சிறந்த நூலுக்கான போட்டியில் களிற்றடி நான்காம் பரிசு பெற்றது. வாசிப்பை நேசிப்போம் குழுமத்தில் இந்நூலுக்கு ஏராள விமர்சனங்கள் எழுதப்பட்டன.

இதெல்லாம் தாண்டி விற்பனைக்கு வந்த முதல் நாளில் இருந்தே களிற்றடியை வாங்க புத்தகக் கண்காட்சிக்கு விரைந்த சினேகர்களும் வாசகர்களும் என் மிகப்பெரும் பேறு.

சின்னச் சின்னப் பாராட்டுக்கும் புகழுரைக்கும் மகிழும் சன்ன மனம் என்னுடையது. களிற்றடி எனக்கு பெரும் பாராட்டுக்களையே வாரி வழங்கியது. அந்தப் புகழ்ச்சிகளின் இனிய நாதம் செவிகளைச் சிங்காரித்துக்கொண்டிருக்கும்போதே அடுத்த படைப்பில் அதே கவனமும், மேலும் மெருகேறுகிற கடமையும் மனதை அழுத்தியதை உணர்ந்தேன்.

எதிர்மறை விமர்சனங்களும் வராமல் இல்லை. சில கதைகள் சிலரால் குப்பை என்று கூடச் சொல்லப்பட்டன. கூறும் ஆட்களைப் பொறுத்து அதில் உண்மையோ, வன்மமோ இருக்கலாம்தான். ஆனாலும் எனக்கே நான் சொல்லிக்கொண்ட அறிவுரை ஒன்றுண்டு:

“எழுத்து பற்றிய விமர்சனம் யார் கூறி இருந்தாலும், அது பாராட்டோ, கேலியோ, திட்டோ எதுவாயினும் அவர்கள் கூறும் பத்து விஷயங்களில் ஒன்றேனும் நான் திருத்திக்கொள்ள வேண்டியதாக உண்மையில் நான் உணரும் பட்சத்தில் எந்தத் தயக்கமும் இன்றி அதை மாற்றிக்கொள்ள முயற்சி செய்ய வேண்டும். அது அவர்களுக்காக அல்ல; எனக்காக.”

★★★

களிற்றடிக்குப் பின் வரும் என் இரண்டாம் சிறுகதைத் தொகுப்பு அறவான். இப்போது எல்கேஜி தேர்ச்சி பெற்ற சிறுமி யூகேஜிக்குச் செல்கிற மனநிலையில் இருக்கிறேன்.

உண்மையில் இரண்டாவது படைப்பு என்பது சற்றுக் கூடுதல் பொறுப்புடையது. ஏனெனில் பார்த்துப் பார்த்துச் செய்ததால் முதலாவது படைப்பு என்பது நன்றாகவே வந்திருக்கும், அதற்குப் பாராட்டுகளும் கிடைத்திருக்கும். அது one-time wonder என்று ஆகாமல் அது தன் வழமை என நிரூபிக்கும் நிர்ப்பந்தம் இருக்கும். “Form is temporary; Class is permanent” என்ற சொலவடைக்கு ஏற்ப முதல் படைப்பில் வெளிப்பட்டது தன் Class எனக் காட்ட வேண்டும்.

கதைகளை எழுதும்போது மேற்சொன்ன இயல்பான பொறுப்புணர்வு தாண்டி இவ்வளவு எல்லாம் யோசித்து அலட்டியும் அழுத்தியும் கொள்ளவில்லைதான் என்றாலும் இப்போது கதைகளைத் தொகுக்கும்போது இதெல்லாம் தோன்றுகிறது. களிற்றடிக்கு அடுத்த அடி!

களிற்றடிக்கும் அறவானுக்கும் இடையே இரு குறுநாவல்களும் (காதற்கள் தொகுதி) ஒரு முழு நாவலும் (எடிட்டிங்கில் இருக்கிறது, 2025ல் வெளிவரும்) எழுதிவிட்டேன் என்றாலும் சிறுகதைகள் எழுதுவதே என் மனதுக்கு நெருக்கமாக இருக்கிறது. 2023 போலவே மாதம் ஒரு சிறுகதை என்று இலக்கு வைத்துக் கொண்டேன். ஏறத்தாழ அதை எட்டிவிட்டேன்.

'ஸ்பரிசம்' நல்ல வரவேற்பையும், அதே அளவு சர்ச்சையையும் ஏற்படுத்திய கதை. 'வாழ்தலினிது' கதையில் வரும் சுமி பாத்திரத்தை மையமாகக் கொண்டு தொடர் எழுதும்படி வேண்டுகோள்கள் வந்தன. புராணக் கதை எழுதும் என் வேட்கைக்குச் சிறுதீனி போட்ட கதை 'கங்கு'. 'BOYZ' கதை பலருக்கு அதிர்ச்சியையும் விழிப்பையும் தந்தது. 'அலர்' கதையில் சமூகத்தின் கிசுகிசு அரிப்பைச் சொல்ல முயன்றிருக்கிறேன். 'அறவான்' கானல் அமீரகப் போட்டியில் பரிசு பெற்ற, நீங்கள் இன்னும் படிக்காத கதை. நான் இதுகாறும் புனைந்ததில் மிக நீளமான சிறுகதை 'மெலியார்' (4200+ சொற்கள்).

வழமை போல் இப்பன்னிரு கதைகளிலும் பெரும்பான்மை என்னைச் சுற்றி நிகழ்ந்த சம்பவங்களின் திரிபு வடிவங்கள்தாம். சில கதைகள் முழுக்கக் கற்பனை. “நீங்கள் அனுபவித்தவற்றை அறிந்தவற்றை மட்டுமே எழுத முடியும் என்றால் உங்கள் சரக்கு சீக்கிரம் தீர்ந்து போகும். நீங்கள் எழுத்தாளராக வேண்டுமானால் கற்பனையில் கதைகளை உருவாக்கவேண்டும். வெவேறு துறைகள், தகவல்களைத் தேடி உழைக்கவேண்டும். இல்லையெனில் சீக்கிரம் கடையைச் சாத்த வேண்டிய நிலை வரும்” என்று ஒருமுறை சிஎஸ்கே சொன்னார். அந்நேரத்தில் அந்தச் சொற்கள் கடுமையாக என்னைத் தாக்கினாலும், அதனால் உந்தப்பட்டு முயன்று வெவ்வேறு துறைகளை அறிந்து எழுதும் முயற்சியில் பிறந்தவைதாம் திருமண தகவல் நிலையம் தொடர்பான 'பொருத்தம்' கதையும், கொரியர் அலுவலகப் பின்னணியைக் கொண்ட 'மெலியார்' கதையும்.

இத்தொகுப்பின் கதைகள் வாசிப்பை நேசிப்போம் குழுமத்தில் விவாதிக்கப்பட்டன. தளத்திலும் தனியேவும் கதை குறித்துப் பலர் விரிவான விமர்சனங்கள் பகிர்ந்தனர். அவற்றிலிருந்து கிட்டிய சில உள்ளீடுகளை அசைபோட்டுச் செரித்துக்கொண்டேன்.

குண்டுச்சட்டிக்குள் குதிரை ஓட்டிக்கொண்டிருந்தவளைப் பரந்துபட்ட மைதானத்தில் ரேஸில் கலந்துகொள்ளக் கூடியவளாக்கியவர் சிஎஸ்கே. அவருக்கு நன்றி சொல்லப் போவதில்லை. அவரது நம்பிக்கையைக் காப்பதே சரி. அதைச் செய்ய விழைவேன்.

மாதம் ஒரு சிறுகதை என்பதோடு வருடம் ஒரு புத்தகம் என்பதும் இனி என் இலக்கு.

★★★

என் அப்பாவுக்கு இந்நூலைச் சமர்ப்பணம் செய்கிறேன். அவர் மீது கலவையான ஓர் எண்ணம் எனக்கிருக்கிறது. அவருக்கு நான் எழுதுவது கூடத் தெரியாது. சூழல் அப்படி. என்றாவது தெரிந்துகொள்ள நேரும்போது பெருமிதம் கொள்வார் என்றே நம்புகிறேன்.

இக்கதைகள் பெரும்பாலும் என் வலைதளத்தில் வெளியாகின. மேலும் சிலவற்றை வெளியிட்ட மெட்ராஸ் பேப்பர் மற்றும் வாசகசாலை ஆசிரியர் குழுவினருக்கு நன்றி. நூலாக வெளியிடும் ஸீரோ டிகிரி ராம்ஜீ நரசிம்மனுக்கும் ஆர். காயத்ரிக்கும் நன்றி.

எல்கேஜியைத் தொடர்ந்து யூகேஜியிலும் தேர்ச்சி பெறுவேன் என்கிற நம்பிக்கையைத் தந்தது வாசக நண்பர்களின் அன்பும் ஆதரவும்தான். இம்முறையும் அதை எதிர்நோக்கி!

சௌம்யா
டிசம்பர் 12, 2024

1. ஸ்பரிசம்

திட்டுப் பாட்டி இறந்துவிட்டதாய் அப்பா அலைபேசியில் அழைத்துச் சொன்னார்.

வருத்தமோ கண்ணீரோ வரவில்லை என்பதே என் உடனடி எதிர்வினை. அப்பாவின் அத்தை அவர். எல்லோரையும் திட்டிக் கொண்டே இருந்த பாட்டிதான் என் நினைவில் பதிந்திருந்தாள். அவருக்குத் திட்டுப் பாட்டி என்று பெயர் வைத்ததே கூட நான்தான்.

"ஜானு, திட்டுப் பாட்டி போய்ட்டாளாம்."

"ஓ! என்னாச்சு நன்னாத்தானே இருந்தா?"

"வயசு என்ன ஆறது! சரி, கிளம்பு... போய்ட்டு வந்திடலாம்."

"சுரேன்னுக்கு எக்ஸாம் வேற நடந்துண்டிருக்கு. நீங்க மட்டும் போனாப் போறாதா?"

ஜானுவுக்கு இரண்டில் மகன் தேர்வுக்குதான் துக்கப்பட முடியும். அது புரிந்தது. எனக்கே எந்த வருத்தமும் இல்லாத போது அவளுக்கு என்ன வந்தது! எங்கள் திருமணத்திற்குப் பின் இரண்டோ மூன்றோ முறைதான் அவள் திட்டுப் பாட்டியைப் பார்த்திருக்கிறாள்.

ஒரே ஜாதி என்பதால் எந்தச் சிக்கலுமின்றி இரு வீட்டார் சம்மதத்துடன் பத்தாண்டுகள் முன் நடந்த சுவாரஸ்யமற்ற காதல் கல்யாணம் எங்களுடையது. திருமணம் முடிந்து ஊருக்கு அழைத்து வந்த போது "என்ன பொம்மனாட்டிப் பொண்ணு, இப்படித் தலைமுடியைப் பையனாட்டம் கத்தரிச்சுண்டு இருக்கே? நன்னாத் தழையத்தழையப் பின்னிப் போட்டுக்க வேண்டாமோ!" என்று நொடித்தாள் பாட்டி. ஜானு சங்கடமாய் நெளிந்தாள்.

நகரத்திலேயே வளர்ந்து, கொஞ்சம் நாகரிக உடை, வசதிக்குகந்த மெல்லிய ஒப்பனை என்று எளிமையாய்த் தன்னை வைத்துக் கொள்பவள். தாலியே அவளுக்கு அதீத கனம்தான். "என்ன பாட்டி நோக்குப் பிரச்சனை? அவ தலைமுடி அவ இஷ்டம். இந்தக் காலத்துல இன்னும் எதுக்கு மொட்டை? முடிய வளர்த்துக்கோன்னா... இந்த வயசுலயும் நீ கேட்கறியா? உனக்கு உன் இஷ்டம்னா அவளுக்கு அவ இஷ்டம்," என்றேன் புகுந்து.

"கல்யாணமாகி கூறப்பொடவ மாத்தறதுக்குள்ளயே ஆம்படையாளுக்கு பரிஞ்சுண்டு வந்துட்டான். என்னமோ பண்ணுங்கோ. நேக்கென்ன? கண்ணுக்கு லட்சணமான பொண்ணு. நன்னா தலையை இழுத்துக் கோதிப் பின்னிவிடலாமேன்னு ஆசையா இருக்கு. நேக்கென்ன கொழந்தையா குட்டியா? இதுங்களை எல்லாம்தான் வளர்த்தேன். இப்போ இது என்னையே என்னனு கேட்கறது..." முணுமுணுத்தபடி போய்விட்டாள்.

எனக்குத் தெரிந்த வரை அத்தனை வேலையையும் இழுத்துப் போட்டுச் செய்வதும், மற்ற நேரம் முழுவதும் யாரையாவது ஏதாவது குறைகூறித் திட்டிக்கொண்டே இருப்பதும்தான் திட்டுப் பாட்டி எனும் அந்த வினோத ஜீவன். என் சொந்தப் பாட்டி ராஜத்துக்கு, திட்டுப் பாட்டி நாத்தனார் முறை வருகிறது. ராஜம் பாட்டியை எந்த வேலையும் செய்ய விடமாட்டாள் திட்டுப் பாட்டி. ஆனால், அது பாசமெல்லாம் இல்லை. அவர் எந்த வேலை செய்தாலும் சீராய் இல்லை எனக் குறைசொல்லி மறுபடி தான் ஒரு முறை செய்வாள்.

"கோலம் போட்டா கம்பி இழுத்தாப்ல ஒரே மாதிரி இருக்கணும், இந்த இழை தடிமனா இருக்கு. அது பாரு, மெல்லிசா இருக்கு. என்ன மன்னி இதுகூடத் தெரியாதா? ரெண்டு பேரன் எடுத்தாச்சு" என்று ராஜம் பாட்டியை அவள் இடித்துக் கூறும்போது அவருக்கே ஐம்பது வயது நிறைந்திருந்தது. இன்னும் வீட்டிற்கு வந்த புது மருமகளை மிரட்டுவது போல விரட்டிக்கொண்டிருந்தாள் திட்டுப் பாட்டி. என் அம்மாவும் தன் மாமியாரான ராஜத்திற்கு பயப்படுவதை விட, திட்டுப் பாட்டிக்குத்தான் அதிகம் பயந்தாள்.

"என்ன தோசை இது? இவ்ளோ மொத்தமா இருக்கு. முறுகலா வார்க்க என்ன கேடு!" - திட்டுப் பாட்டி வார்க்கும் தோசை அத்தனை ருசியாய் இருக்கும். சில சமயம் மிளகாய்ப் பொடியை

மேலே தூவி நிறைய எண்ணெய் விட்டு அவள் செய்து தரும் பொடி தோசை ஊரே மணக்கும். வீட்டின் மற்ற பெண்களின் சமையல் பக்குவம் தன்னுடையதைப் போல் வரவில்லை என்ற குறையும் இறுமாப்பும் அவளுக்கு எப்போதும் உண்டு.

விடியற்காலை வாசல் தெளிப்பதில் இருந்து உறங்கப் போகும் முன் அடுப்படியைத் துடைத்துப் பளபளவென வைப்பதுவரை திட்டுப் பாட்டி எல்லாவற்றையும் செய்வாள். எல்லாம் பார்த்துப் பார்த்துச் செய்வாள். ஆனால், யாரையும் மனமாரப் பாராட்ட மாட்டாள். ஒருவேளை அடுத்தவர் செய்தால் அதில் திட்டுப் பாட்டியின் பங்கோ திட்டோ இருக்கும்.

“கைமுறுக்கு பிழியத் தெரியாது, சீடை வெடிக்காமப் போட்டு எடுக்க முடியாது. ஆத்துல இத்தனை பொம்மனாட்டிகள் இருந்தாலும் சகலமும் நாந்தான் பண்ணியாகணும்...”

“ஏன்டா தீவட்டி இப்படி ஆத்துக்குள்ள ஓடப் பிடாதுன்னு எத்தனை தரம் சொல்றது நோக்கு!” - மற்றவர்களுடன் குறுக்கே செல்லும் சிறுவனான எனக்கும் திட்டு விழும்.

ஒருநாள் என்னை ஏதோ திட்டிய கடுப்பில் நான் திட்டுப் பாட்டி எனப் பெயர் போட, அது எல்லோருக்கும் ஏகமனதாகப் பிடித்துப் போய் அதுவே அவளது அடையாளமாகிவிட்டது - இப்போது அவளது அசல் பெயர் என்ன என்பதேகூட எங்களுக்கு மறந்துவிடுமளவு.

வீட்டில் எந்தக் காரியமும் திட்டுப் பாட்டி அனுமதியுடன்தான் நடக்கும். இளம் வயதில் விதவையாகிவிட்ட தங்கை மேல் இருந்த பாசத்திலும், பரிதாபத்திலும் அப்படியான உரிமைகளை அவளுக்குத் தந்திருந்தார் தாத்தா. பன்னிரண்டு வயதில் மணமாகி, ஒரு வருடம் சென்று ருதுவாகி, கணவன் வீடு போய் பத்து நாட்களுக்குள் அந்த அத்திம்பேர் தாத்தா பாம்பு கடித்து இறந்து விட்டதாகக் கூறுவர். அன்றைய வழக்கப்படி திரும்ப தாய் வீடு வந்த திட்டுப் பாட்டிக்கு மொட்டை அடித்து, முக்காடு போட்டு, வீட்டில் அடைத்தனர்.

திட்டுப் பாட்டியின் பெற்றோர் இறந்த பின் தாத்தாவிடம் அவரைப் பார்த்துக்கொள்ளும் பொறுப்பு வந்தது. வீட்டு வேலைகள் எல்லாம்

அத்தனை சுளுவாகவும் நேர்த்தியாகவும் செய்வதில் தன் தங்கையை மிஞ்ச ஆளில்லை என்ற பெருமிதம் தாத்தாவிடம் இருந்தது.

தாத்தாவிற்குப் பிறகு திட்டுப் பாட்டியைப் பார்க்கும் பொறுப்பு என் அப்பாவிடம் வந்தது.

காவி மடிசாரும், மொட்டையுமாய்த்தான் இருப்பாள். தற்போது எண்பது வயது தாண்டி இருந்தது. கடந்த ஐந்தாறு ஆண்டுகளாகவே கண் பார்வை மங்கத் தொடங்கி இப்போது பூரணமாய் இருளாகி விட்டது. கண் கோளாறு ஆரம்பித்த பிறகே வீட்டு வேலைகளில் திட்டுப் பாட்டியின் பங்கு படிப்படியாகக் குறைந்து தற்போது நின்றேவிட்டது.

வீட்டிற்குள்ளேயே அமர்ந்த வாக்கில் நகர்ந்து நகர்ந்து சென்று அடுக்களையில் ஆகாரம் வாங்கிக்கொண்டு, தன் இடம் வந்து உண்பாள் திட்டுப் பாட்டி. பெரும் நோய் எதுவும் அண்டவில்லை. முதுமையின் தளர்வும், பலவீனமும், கண், காது போன்ற உறுப்புகளின் வேலை நிறுத்தமும் தவிர்த்து அவர் நன்றாகத்தான் இருப்பதாகச் சொல்லிக்கொள்வார்.

வேலைகளில்தான் பங்கு குறைந்ததே தவிர குறைகள் சொல்வது குறையவே இல்லை.

“மணி ஆறாகியிருக்கும். இன்னும் விளக்கேத்தலயா? ஊருக்கு முன்னாடி விளக்கேத்து, ஒசந்த குடியில் இருன்னு சொல்வா...” - ஐந்தரை மணிக்கே ஆரம்பித்துவிடுவாள்.

“அத்தே... நோக்கு கண்ணு தெரியலைன்றதால மணி ஆறாய்டுமா? அஞ்சுதான் ஆறது. அந்தி சாஞ்சா வெளக்கேத்துவா. சித்த சும்மா இரேன்” - அப்பா அதட்டுவார்.

தாத்தாவும் பாட்டியும் ஒவ்வொருவராய் இரண்டாண்டு இடைவெளியில் மறைந்தனர். ராஜம் பாட்டி இறந்தபோது ‘இன்னும் திட்டுப் பாட்டி எல்லாரையும் திட்டிக்கொண்டு கல்லு மாதிரிதான் இருக்கிறாள்’ என்று எனக்குத் தோன்றியது. அவர் மேல் முன்பு இருந்த வெறுப்பு இல்லை. ஆனால் அதே சமயம் பாசமும் வரவில்லை. அப்பாவும் அம்மாவும் கூட அப்படிதான். ‘இத்தனை வருஷம் நம்ம கூட இருந்துட்டா, இன்னும் கொஞ்ச காலம்தானே, இஷ்டப்படி இருந்துட்டு போட்டும்’ என்ற நினைப்பில்தான் அனுசரித்துப் போனார்கள்.

நான் மட்டும் இழவுக்கு ஊருக்குக் கிளம்பினேன். சென்னையிலிருந்து கும்பகோணம் பஸ்.

இரவுக்குள் உடலை எடுத்துவிடுவார்கள். அப்பாதான் கொள்ளி வைப்பார். வேறு யார் இருக்கிறார்கள்! என் தம்பி சேதுராமன் கனடாவில் இருக்கிறான். இதற்கெனக் கிளம்பி வருவதற்கு வாய்ப்பே இல்லை. உள்ளூரில் இருக்கும் அத்தங்கா, அம்மாஞ்சி என்று இரண்டொரு சொந்தங்கள்தாம். அனேகமாக நான் போய் இறங்கியதும் எடுத்துவிடுவர்.

திட்டுப் பாட்டி அத்தனை ஆசாரம் என்றெல்லாம் சொல்ல முடியாது. மடிசார் பாட்டிகள் தாங்களே புடவையைத் துவைத்து அலசி உயரமான கொடிகளில் குச்சியின் உதவியுடன் காயப் போடுவர் - மற்றவர்கள் நடக்கும்போதோ பிள்ளைகள் விளையாடும்போதோ கையோ, தலையோ பட்டுவிடாத உயரக் கொடிகள். ராஜம் பாட்டி கூட அப்படித்தான் காயப் போடுவாள். திட்டுப் பாட்டி மடிப்புடவை என்று சொல்லி அவளே துவைத்துக் கொள்வாள்தான். ஆனால், காயப் போட கொடி எட்டாமல் என்னையோ சேதுவையோ அழைப்பாள். காயப் போடுவதற்குள் எங்களுக்கு நாலு திட்டுகள் விழும். “அப்போ நீயே காய போட வேண்டியதுதானே?” என்று கேட்டால் அதற்கு ஒரு வட்டம் ஏச்சு விழும்.

இப்படியும் ஒரு மனுஷி உண்டா - சிடுசிடுவென! “அவாள்ளாம் வரதுக்குள்ள ஒரு வாய் காப்பி குடிச்சுக்கறேன்” என்று மூத்தோர் திவசத்தன்று கூட வயிற்றைக் காயப் போட மாட்டாள். அவ்வளவுதான் திட்டுப் பாட்டியின் ஆசாரம்! அதிகபட்சம் ஆசாரம் போல் தோன்ற விரும்புகிறவள் எனலாம். ஆனால் மொட்டை மட்டும் விடாமல் கடைப்பிடித்தாள்.

தம் பெற்றோர் இறந்த பிறகு தாத்தா சொன்னாராம் - “இனி எதுக்கு மொட்டைலாம்? காலம் மாறிடுத்து. தலைமுடியை வளர்த்துக்கோ. புடவைகூட கலர்ல கட்டிக்கலாம்.”

ஆனால், திட்டுப் பாட்டி கறாராக மறுத்துவிட்டாள் என்பார்கள் - “இது எனக்கு சௌகரியமா இருக்கு. பழகிடுத்து. மாசம் ரெண்டு முறை தலையை மழிச்சுக்கறேன். அதுக்குக் காசு போறதேன்னு பாக்கறயா? பொம்மனாட்டிகளுக்கும் சொத்துல

பங்கு உண்டுங்கற காலம் வந்தாச்சு. என் பங்கு இந்த அகம், நிலம் எல்லாத்துலயும் இருக்கு. எனக்கு அப்பறம் உனக்கும், உன் கொழந்தேளுக்கும்தான். அதுபோக ஆத்துல எல்லா வேலையும் பண்ணிண்டு இருக்கேன். போதாதா நோக்கு?”

“சேச்சே என்ன பேச்சு இது. நீ மட்டும் ஏன் இப்படி இருக்கணும்னு விசனப்பட்டுக் கேட்டேன். நல்லது நினைச்சா நீ எப்படி யோசிக்கற பாரு. உன்னோட இந்த சிடுசிடுப்புக்குதான் எல்லாரும் உங்கிட்ட பேசவே பயப்படறா.”

“யாரு பயப்படறா இந்த ஆத்துல எனக்கு?”

“என் பொண்டாட்டி உனக்கு மன்னி. ஆனா அவளே உனக்கு பயந்துண்டுதான் இருக்கா!”

“பயந்த மனுஷி பருப்பு போடப் போனாளாம். இருந்த பிராமணன் எழுந்து ஓடினானாம்.”

நக்கலாய்ச் சொல்லிச் சிரித்தாளாம். அதன் பின் தாத்தா அந்தப் பேச்சை விட்டுவிட்டார்.

அப்பாவும் சில ஆண்டுகள் முன் இது பற்றிப் பேசி இருக்கிறார். “இன்னும் எதுக்கு அத்தே மொட்டைலாம். உனக்கும் வயசாறது. இந்த மடிசாரும் சிரமம்தான் உடுத்துக்கறது. ஆறு கஜம் கட்டிக்கோயேன். அலசிப் போடவும் சுளுவா இருக்குமோனோ!”

“உன்னக் கட்டிவிடச் சொல்றேனா? நீயா தொவைக்கற? இல்ல நீதான் மொட்டை அடிக்கறயா? அதான் ஆத்துக்கே ஆள் வரதே! உனக்கென்ன வலிக்கறதுங்கறேன்? நான் இருக்கற வரை என்னை இப்படியே இருக்க விட்ருங்கோ...” பிறகு அவரும் விட்டுவிட்டார்.

பதினைந்து நாளுக்கு ஒரு முறை நாவிதர் வந்து மொட்டை அடிப்பார். ஆனால் முடி லேசாய் முளைத்த தலையை விட மொட்டை அடித்த தினம் திட்டுப் பாட்டி தேஜஸாய் இருப்பாள். நல்ல சிவந்த நிறமும், மத்திம உடல்வாகுமாய் பாட்டி நல்ல அழகி. இளம் வயதில் இன்னும் பேரழகி என்பது கறுப்பு வெள்ளைப் புகைப்படமொன்றில் தெரிந்தது.

மொட்டை அடித்துவிட்டு குளித்து வந்தால் இன்னும் ஜொலிப்பாள். அந்த அழகைப் பார்ப்பதற்குள்ளாகவே தலையை இழுத்து மூடி முக்காடு இட்டு விடுவாள்.

"பாட்டி எதுக்கு இப்படிப் போட்டுக்கற? அம்மாலாம் போட்டுக்கறதில்லயே!" - சிறுவயதில் நான் ஒருமுறை அறியாமல் கேட்டபோது கடும் கோபத்தில் திட்டினாள்: "போடா அசடு மாதிரி பேசாம. அபசகுனமா எதையாவது உளறாதே அவ தீர்க்க சுமங்கலியா இருப்பா."

சனிக்கிழமைகளில் என்னையும் சேதுவையும் அமர வைத்து சீரகம் இட்டுக் காய்ச்சிய நல்லெண்ணெயை இழுத்து அழுத்தித் தேய்த்துவிடுவாள். ஆறு மணிக்கெல்லாம் தேய்த்த எண்ணெய் சுமார் ரெண்டு மணி நேரமாவது ஊற வேண்டும். பின் திட்டுப் பாட்டியே சீயக்காய் தேய்த்துக் குளிப்பாட்டி விடுவாள். "கை காலெல்லாம் பாரு, வறவறன்னு இருக்கிறது. நன்னா எண்ணெய் தேய்ச்சு ஊறினாதானே மொழுமொழுனு இருக்கும். வளர்ற கொழந்தேள்" என்று சொல்வாள். ஆனால் அப்படிப் பிசுபிசுப்பாய் எண்ணெயில் ஊறிக் கிடப்பது எங்களுக்கு இஷ்டமில்லை. மறுத்துச் சிணுங்குவோம். திட்டுப் பாட்டி அதற்கெல்லாம் மனமிரங்க மாட்டாள். "ஒழுங்கா எண்ணெய் தேய்ச்சுக் குளிக்கலைனா கரண்டிக் காம்ப அடுப்புல போட்டுத் தொடைல ரெண்டு இழுப்பு இழுத்தா சரியாயிடும்." அதற்குப் பயந்தே பள்ளி முடியும்வரை அவளிடம் எண்ணெய் தேய்த்துக் கொண்டோம்.

இப்போது என் மகனே நான்காம் வகுப்பு படிக்கிறான். அவனையும் வளர்க்க திட்டுப் பாட்டிக்கு விருப்பம்தான். நல்லவேளை எனக்கும் ஜானுவுக்கும் சென்னையில் வேலை என்று நினைத்துக்கொள்வேன். சுரேன் எல்லாம் இத்தனை பொறுமையாய்க் கையாளும் எங்களையே பொறுமை இழக்க வைக்குமளவு அதீதக் குறும்பு. திட்டுப் பாட்டியிடம் எல்லாம் அவன் மாட்டியிருந்தால் அவ்வளவுதான். சிரித்த முகமாய், சாந்தமாய் திட்டுப் பாட்டியைப் பார்த்திருக்கிறோமா என்று யோசித்துப் பார்க்கிறேன். ம்ஹூம்.

வீட்டின் முற்றத்தில் பாட்டியைப் படுக்க வைத்திருந்தார்கள். அதே காவி மடிசார், இன்னும் இளைத்திருந்தாள். உடல் குறுகி இருந்தது. அப்படி யாரும் அழுது புரளவில்லை. அமைதியாய் ஆகவேண்டியவற்றைப் பார்த்தனர். வாத்தியார் மந்திரங்கள் ஓதிக்கொண்டிருக்க, "குளிப்பாட்ட பொண்ணு ஸ்தானத்தில்

இருக்கறவா வாங்கோ” என்றார் ஒருவர். உறவில் ஒரு பெண்மணி வந்தார். அங்கேயே ஒரு பெஞ்சில் படுக்க வைத்து பாட்டிக்கு நீர் ஊற்றினார். அப்போதுதான் பார்த்தேன். பாட்டிக்குத் தலையில் கிராப்பு வைத்த மாதிரி தலைமுடி இருந்தது. அருகிலிருந்த அம்மாவிடம் வியப்பாய்க் கேட்டேன்.

“என்ன அதிசயமா மொட்டை அடிக்காம இருக்கு?”

“இப்போ ரெண்டு மாசமா அடிக்கல. அவளே வேண்டாம்னுட்டா. சொல்லி வச்ச மாதிரி அம்பட்டனுக்கும் ஏதோ உடம்புக்கு வந்துட்டுதுனு வரல. நாங்களும் வேற ஆள் கூப்பிடல.”

“ம்ம்ம்.”

சம்பிரதாயங்கள் முடிந்து பின் மயானத்திற்குக் கொண்டு சென்று எரியூட்டி விட்டு வீடு வந்தோம். பாட்டி எரிப்பெட்டிக்குள் செல்லும்போது மட்டும் அப்பா உடல் குலுங்கினார்.

மறுநாள் நான் சென்னை கிளம்புவதாகக் கூறியபோது அப்பா என்னைத் தடுத்தார்.

“தனி மனுஷி. அதனால பத்து, பன்னெண்டு, பதிமூணு எல்லாம் வேண்டாம். அஞ்சு நாள்ல முடிச்சுடலாம்னுட்டார் வாத்தியார். நீயும் இருந்துட்டு காரியம் முடிஞ்சே கிளம்பேன்.”

திட்டுப் பாட்டியின் படுக்கை, போர்வை எல்லாம் குப்பையில் போட்டுத் தீ வைத்தோம். அவளது பழைய ட்ரங்குப் பெட்டியில் வேண்டியவை, வேண்டாதவை பார்த்துத் தூக்கிப் போடச் சொன்னார் அப்பா. நான்கு காவிப் புடைவைகள் இருந்தன. ஒரு கலர் புடைவை பிரிக்கப்படாமல் இருந்தது. “போன தீபாவளிக்கு சேது பொண்டாட்டி வாங்கிண்டு வந்தா. நான் எப்போ கலர் புடவை கட்டிண்டேன். இதை வாங்கிண்டு வந்திருக்கியேனு திட்டிண்டே வாங்கிப் பொட்டிக்குள்ள வச்சுண்டுட்டா...” அம்மா கசப்பாய்ச் சொன்னாள்.

ஓர் எண்பது பக்க நோட்டு மேலாக இருந்தது. “அது ஸ்ரீ ராமஜெயம் எழுதற நோட்டு” அம்மா சொல்ல, நான் நோட்டைப் பிரித்துப் பார்த்தேன். “மகா காளி” என்று எழுதி, பக்கங்கள் நிரம்பி இருந்தன. “ஸ்ரீ ராம ஜெயம்னு சொன்ன? மகா காளினு எழுதி இருக்காளே!” “அப்படியா? யாரு அதெல்லாம் வாங்கிப்

பார்த்தா? அவ எழுதிண்டு இருக்கறது தெரியும். என்ன எழுதறானு நம்மக்கிட்டயா காட்டறா? எது கேட்டாலும் எரிஞ்சு விழுவா. அவ குணத்துக்கு ஏத்தாப்லதான் காளி பேரை எழுதி வச்சுருக்கா போல. கண்ணு தெரியாமப் போனப்பறம் கூட இதை வெச்சு எழுதிண்டு கிடந்தா. இந்தப் பொட்டியை ஒருத்தர தொட விடலையே, கெழம்!" இன்னும் சில நோட்டுகள் உள்ளே இருந்தன. அவற்றிலும் காளிதான். பழைய நோட்டுகளில் "காளி காளி" என்று மட்டும் இருந்து பின்னர், "மகா காளி" என மாறி இருந்தது. அந்த நோட்டுக்களை எல்லாம் ஒதுக்கிவிட்டு உள்ளே பார்த்தேன். ஒரு துளசி மாலை, விபூதி டப்பா. அவ்வளவுதான். எண்பது வயது வரை வாழ்ந்த ஒரு மனுஷியின் சொத்து அவைதாம். பெருமூச்சு வந்தது.

நான் வேலைக்குப் போய்கூட அவளுக்கு எதுவும் வாங்கித் தந்ததில்லை. அவளும் யாரிடமும் எதுவும் கேட்டதில்லை. அப்பா வாங்கித் தருவதைப் பெற்றுக்கொள்வாள். அத்தனை காலமும் அவளுக்குத் தேவையாய் இருந்ததெல்லாம் அந்த வீட்டை அதட்டி ஆளும் உரிமை மட்டும்தான் என்று தோன்றியது.

"அந்தப் புதுப் புடவையை அம்பட்டன் பொண்டாட்டிக்குக் குடுத்துடலாம்..." அப்பா சொன்னார். இடைவெளி விட்டு, "வேற யாரும் நம்ப மனுஷா வாங்கிக்க மாட்டா."

"அவாளை வரச் சொல்லுங்கோ. குடுத்துடலாம்."

"அவனுக்கு இப்போ முடியலை. பக்கவாதம் வந்து படுத்துண்டு இருக்கான். அவ அவனை விட்டுட்டு வருவாளானு தெரியலை. யாரண்டையாவது குடுத்துவிடலாம்."

"குடுக்கறதுனா நம்ம கையாலேயே குடுக்கலாம். சும்மா போரடிச்சுண்டுதானே உக்காந்துருக்கேன். நானே போறேன்."

கிளம்பினேன். வீட்டிற்கு வழி விசாரித்துப் போனேன். ஓட்டு வீடு. ஓரளவு நல்ல வீடு. கிழவரின் மகன் வெளியூரில் பெரிய சலூன் வைத்திருப்பதாகச் சொன்ன நினைவு.

"வாங்க சாமி" என்று வரவேற்றார் அந்த அம்மாள்.

"ஐயோ! சாமின்னு எல்லாம் சொல்லாதீங்க. உங்க பேரன் வயசு எனக்கு. கிருஷ்ணன்னு பேர் சொல்லுங்க. அம்மா உங்ககிட்ட இதைக் குடுக்கச் சொன்னாங்க."

அதோடு ஐந்நூறு ரூபாய் வைத்துக் கொடுத்தேன். தயக்கத்துடன் வாங்கிக்கொண்டாள்.

"அய்யா எப்படி இருக்காரு?"

"படுத்த படுக்கைதான்."

"பாக்கலாமா?"

"ஐயோ வாங்க, நீங்க எங்க வீட்டுக்குள்ள வருவீங்களோன்னுதான் உள்ள கூப்பிடல."

உள்ளே நுழைந்தேன். அவரது இடது கையும் காலும் விழுந்திருந்தது. "நமஸ்காரம்" என்று கும்பிட்டேன். அதைக் கண்டு அவர் பதறுவதாய்ப் பட்டது. முதிர்ந்து நரைத்து மெல்லிய எலும்பு தேகத்தில் நீர்த்தன்மையே இல்லாமல் தோல் வறண்டு சுருங்கிக் கிடந்தது.

அவருக்கு அருகே இருந்தது அவரது பேத்தியாய் இருக்க வேண்டும். திருமணத்தை எதிர்நோக்கிய வயது. என்னிடம் கேட்டாள் - "காப்பி குடிக்கறீங்களா?"

"இல்லம்மா. இருக்கட்டும்."

என்னவோ தோன்ற, அவரது வலது கையில் ஓர் ஐந்நூறு ரூபாய்த் தாளைத் திணித்தேன்.

"கை, கால் விழுந்து மூணு மாசமாச்சுங்க. பிபி அதிகமாயிருச்சுனு சொன்னாங்க. இப்போ எல்லாம் படுக்கைலதான்."

"ஏதாவது வேணும்னா தயங்காமச் சொல்லுங்க. இத்தனை வருஷமா பாட்டிக்கு மொட்டை அடிச்சுருக்கார். எனக்கு நினைவு தெரிஞ்சுது முதல் இவரைத்தான் பாத்துருக்கேன். இவர் படுக்கையில விழுந்தப்பறம் பாட்டிக்கு மொட்டை போடவே இல்ல. இப்போ பாட்டியே இல்லை. கடைசிவரை இவர்தான்னு எழுதி இருக்கு."

"ம் சரிங்க."

"ஆமா... பாட்டி போனது தெரியுமா இவருக்கு?"

"நேத்து தகவல் வந்ததும் சொன்னோம். ஏதும் பேசல. அவரால பேச முடியாதில்ல!"

அவரைப் பார்த்தேன். கண்கள் மூடி இருந்தார்.

"அய்யா, கிளம்புறேங்க" குரலுக்கு விழி திறந்து கலங்கிய கண்களால் வழி அனுப்பினார்.

அவரை இந்த அளவு நினைவு கூர்ந்து நான் வந்து பார்த்தது நெகிழ்த்தி இருக்க வேண்டும். எனக்கே என்னை நினைத்துக் கொஞ்சம் பெருமையாய் இருந்தது.

சட்டென நினைவு வந்தது. வீட்டில் 'அம்பட்டன் அம்பட்டன்' என்று அழைத்துப் பழக்கிவிட்டார்கள். சிறுவயதில் அது முறையில்லை என்பது கூட உறைக்கவில்லை. இன்னும் அது அப்படியே தொடர்வது மனதில் மெல்லிய குற்றவுணர்வை எழுப்பியது.

"அய்யா பேர் என்ன?"

"காளீஸ்வரன்."

சட்டென மௌனமானேன். விடைபெற்று வெளியே வரும்போது பேத்தி குரல் கேட்டது - "தாத்தா, கஞ்சி கொண்டு வரேன். நீ நேத்துல இருந்து ஒண்ணுமே சாப்பிடலையே!"

மெல்லப் படிந்த பனி விலகலாய் என் பத்து வயதில் கண்ட காட்சி மனதில் விரிந்தது.

அன்று பாட்டிக்கு மொட்டையடிக்க காளீஸ்வரன் வந்திருந்தார். மடிசாரைக் கழுத்தோடு சேர்த்து இழுத்து மூடி அமர்ந்திருந்தாள் பாட்டி. அவளைச் சுற்றி ஒரு வெள்ளை டவலைச் சுற்றிவிட்டார். பின் அவள் தலையில் நீர் தெளித்துத் தன் கைகளால் மெல்லத் தடவினார். பின்னந்தலையில் தடவும்போது அவள் கழுத்தில் லேசாய் கை பட்டது. எலுமிச்சை நீரை முதன் முறை சுவைத்ததும் அதன் அதீதப் புளிப்பு ருசி தாளாமல் அநிச்சையாக முகம் சிணுங்கும் பச்சிளங்குழந்தை போல் பாட்டியின் மேனி ஒரு நொடி சிலிர்த்தடங்கியது.

வீடு வரும்வரை மனம் தீவிர சஞ்சலத்தில் இருந்தது. வீட்டு வாசலில் செருப்பை அவிழ்க்கும் போதே உள்ளே புரோகிதரின் மந்திரச் சத்தம் கேட்டது.

“கமலம் நாம தேஷ்ய...” என்று திட்டுப் பாட்டியின் பெயர் உச்சரிக்கப்பட்டது. நாவிதர் காளீஸ்வரனுக்கு நான் பணம் தரும்போது அவரது வலக்கையின் உள்பக்கம் பச்சை குத்தி இருந்த தாமரைச் சித்திரம் மின்னலடித்தது. எனக்கு ஜானுவிடம் உடனே பேச வேண்டும் போல் இருந்தது.

அம்மா அவசரமாக வந்து, “அம்பட்டன் ஆத்துக்குப் போயிட்டு அப்படியே உள்ள வராத. பின்கட்டுக்குப் போய் தலை முழுகிண்டு ஆத்துக்குள்ள வாடா” என்றாள்.

(செப்டெம்பர் 2023ல் எழுதப்பட்டு செப்டெம்பர் 22, 2024ல் வெளியானது)

★★★

2. மாபலி

புத்தம் புதிய ஜிமிக்கி அணிந்து நிலைக்கண்ணாடி பார்த்தாள் ரதி. அவளது வட்ட, குண்டு முகத்திற்குச் சற்றே பெரிய அந்த ஜிமிக்கி மேலும் அழகு சேர்த்தது. லேசாகத் தலையை ஆட்டித் தொங்கட்டான்களை அசையவிட்டாள். அவை கோவில் மணிகள் போல் ஆடின. தான் அழகாய் இருப்பதாய் அவளுக்கே தோன்றியது. கன காலமாகப் பலரும் சொன்ன பாராட்டுகள்தாம். "பொறந்ததுமே பொருத்தமா ரதினு பேர் வச்சார் பாரு, உங்கப்பா தீர்க்கதரிசி!" என்பது பள்ளிக்காலம் தொட்டே கேட்ட புகழ்மொழி.

ஆனால், எத்தனை பேர் எவ்வளவு அழகாக இருப்பதாகச் சொன்னாலும் தன் உருவில் உள்ள குறைகள் அவரவர்க்குத் தெரியும். அந்த அதிருப்தியை மீறித் தனக்குத் தானே அழகாய்த் தெரியும் தருணங்கள் அரிது. பெண்களுக்கு இன்னும் அபூர்வம். பதின்மத்தின் ஆரம்பத்தில் பல கண்களும் தன் மேல் படும்போது அந்த எண்ணம் வரும். பின் காதலில் இருக்கும் காலத்தில்தான் இந்தச் சுயரசிப்பு சாத்தியப்படும். முறுவலித்துக்கொண்டாள்.

புருவ மத்தியில் சின்னப் பொட்டு ஒட்ட வைத்துக் கொண்டாள். அதன்மேல் ஒரு சந்தனக் கீற்றை லேசாக இழுத்தாள். அவ்வளவுதான் அவளது அலங்காரம். அது போதுமானதாக இருந்தது. மையும் இட்டால் நல்ல ஃப்ரெஷ்க்ரீம் கேக்கின் மேல் தூவும் டாப்பிங்ஸ் போல அழகு பன்மடங்கு கூடும். டாப்பிங்ஸையும் தூவினாள். ஆகாய நீலத்தில் அணிந்திருந்த டாப்ஸும், வெள்ளைக் கால் சராயும் இன்னும் பாந்தமாய் இருந்தது. வெள்ளைத் துப்பட்டா எடுத்துப் போட்டுப் பார்த்தாள். மேலங்கியில் இருந்த சமிக்கி வேலைப்பாடுகளை அந்தத் துப்பட்டா மறைத்தது. அதை நிராகரித்து அலமாரியில் வைத்துவிட்டுக் கிளம்பினாள்.

ஆக்டிவாவை உயிர்ப்பித்துச் சாலையில் இறங்கியதும், அவள் எண்ணங்கள் அதனினும் வேகமெடுத்தன. ப்ரணவுக்குப் பிடித்த நிறத்தில் ஆடை, அவனுக்குப் பிடித்த ஜிமிக்கி, அவனுக்குப் பிடித்த சந்தனக் கீற்று, அவனுக்கு மிகப் பிடித்த ரதி. சிரிப்பு வந்தது. மனம் உற்சாகமாய் இருந்தது. ஒரு பள்ளிச் சிறுமியின் மனநிலை வாய்த்திருந்தது அக்கணம்.

உற்சாகமாய் வண்டியை முறுக்கினாள். வேலை நாளின் பிற்பகலிலும் அந்த ஐஸ்க்ரீம் பார்லர் நெரிசல் கண்டிருந்தது. ஐஸ்க்ரீமுக்கு இணையாகச் சூழலும் இதமாக இருக்கும் என்பதால் எப்போதும் இளைஞர்கள் கூட்டம் அதிகம் இருக்கும். பள்ளிச் சீருடையுடன் கூட்டமாகவும், ஜோடிகளாகவும் வந்திருந்தனர். ‘இந்த வயசுலயே என்ன காதல்?’ என்று கடுப்பாய் இருந்தாலும் ரதிக்குத் தெரியும் பள்ளிப் பருவ ஈர்ப்பு மட்டுமே சுயநலமற்றது; லௌகீகப் பொருத்தப்பாடுகள், எதிர்காலக் கணக்குகள் என எதையும் சிந்திக்காமல் உருவாவது. வீட்டுப் பாடத்திற்கு உதவியவர் மீது கூட ஈர்ப்பு வரும். அந்த வயதில் அதைக் காதல் என்று தவறாக நினைக்கலாம். ஆனால் அந்த அன்பும், பிரியமும் பரிசுத்தமானது. பக்குவப்பட்ட பிறகுதான் எதிர்பார்ப்புகளுக்கு ஏற்ப காதலைக் கற்றுக்கொள்கிறார்கள்.

சிந்தனைக்கு நடுவே மணி பார்த்தாள். ப்ரணவ் வருவதாகச் சொன்ன நேரம் தாண்டிக்கொண்டிருந்தது. அத்தனை நேரம் இல்லாத சிறு பதற்றம் தொற்றிக்கொண்டது போல் இருந்தது. காதோரங்களில் வியர்த்தது. தெருவைத் திரும்பித் திரும்பிப் பார்த்தாள்.

“என்ன வேண்டும்?” என்று கேட்ட பார்லர் சிப்பந்தியிடம் “ஆள் வரணும்” என்றாள். அவன் நமுட்டுச் சிரிப்புடன் நகர்ந்தான். அவளுக்கும் அதைக் கண்டு லேசாய்ச் சிரிப்பு வந்தது. ஒரு சொல்லுக்குத்தான் எத்தனை அர்த்தங்கள்! வாழ்நாளெல்லாம் சொற்களுடன்தான் போராடுகிறோம்! மாற்றிச் சொல்கிறோம். மாற்றி மாற்றிப் புரிந்துகொள்கிறோம்.

பத்தாவது நிமிடம் ப்ரணவ் காரிலிருந்து இறங்கினான். ரதியை அறியாமல் மை பூசிய கண்கள் விரிந்தன. காரின் மறுபுறமிருந்து அவள் இறங்கினாள். ரதியின் முகம் ஒற்றை நொடி மாறிப்

பின் அதில் ஓர் ஆர்வம் தொற்றிக் கொண்டது. ஐயோ அவள் பெயரென்ன? நினைவுகளில் இருந்து துழாவி எடுத்தாள். ம்ம்ம். சத்யாதானே? ஆம். இவள் சத்யாதான்!

ப்ரணவும் சத்யாவும் பார்லருக்குள் நுழைந்தனர். மூன்று புன்னகைகள் மலர்ந்தன.

"ஹாய்!"

"ஹேய்!"

"ஹை!"

ரதிக்கு எதிர் இருக்கையில் அவர்கள் ஜோடியாய் அமர்ந்தனர். ரதி அந்தப் பெண்ணைப் பார்த்தாள். அவளை விட நிறம். மெல்லிசாய், மென்மையாய் இருந்தாள். பூப்போல இருக்கிறாள் என்று நினைத்துக்கொண்டாள் ரதி. எவரைக் கண்டாலும் தோற்றத்தில் தன்னோடு ஒப்பிட்டுக்கொள்ளும் குணம் பெண்களுக்கு ஒருபோதும் போகாது போல!

அது பொறாமையோ எனத் தோன்ற திடுக்கிட்டாள். சுதாரித்து அவளே ஆரம்பித்தாள்.

"எப்படி இருக்கீங்க ரெண்டு பேரும்?"

"ரொம்ப நல்லா இருக்கோம். நீ?"

அந்தப் பெண் சட்டென ஒருமையில் கேட்டது லேசாய் அதிர்ச்சியாகவும் கொஞ்சம் ஆசுவாசமாகவும் இருந்தது. பாசாங்கின்றி அவள் பேசுவதாக ஒரு நிம்மதி வந்தது.

ப்ரணவ் வாய் திறந்தான் - "நீ எப்பிடி இருக்க?"

"அப்படியேதான் இருக்கேன். பாக்கறியே!"

"அங்கயேதான் வேலையா?"

"இல்ல, வேற ஆஃபீஸ். பெட்டர் போஸ்டிங், பெட்டர் ஸேலரி."

"க்ரேட். பார்த்தாத் தெரியுது. எதுல வந்தே?"

"ஆக்டிவா. வெளிய நிக்குதே. பாக்கலயா?"

"ம்ம்ம். கவனிக்கல, ரத்தி!"

லேசாய் ஒரு அதிர்வுக்குப் போய் அவனைப் பார்த்தாள். அவன் அப்படிதான் அவளை அழுத்தி அழைப்பான். ஒரு கொஞ்சலில் முத்தமிட்டு உச்சரித்த நாளில் தொடங்கியது.

"என் ரத்தி..."

"இதென்ன ரத்தினு? கத்தி மாதிரி இருக்கு. ரதினு மென்மையா சொல்லணும் என் பேரை."

"ஏன்? அழுத்தினா வலிக்குமோ? முதம்னு சொல்வோமா? முத்தம்னு அழுத்தினாத்தான் அது முழுமை பெறும். அது மாதிரிதான். நான் மட்டும் உன்னை ரத்தினு கூப்டுக்கறேன். பல் நாக்குல பட்டு அப்படி அழுத்தி உச்சரிக்கறப்போ மனசே சுகமாகுது. உடம்பும் கூட."

"தா சீ போ... கண்டதும் உளறு."

"இப்படி என்னைப் பைத்தியக்காரனாக்கிட்ட. இனி உளறித்தானே ஆகணும்!"

"அதென்ன ரத்தி! ரதிதானே பேரு?"

சத்யாவும் அதே அளவு அதிர்வைச் சந்தித்திருக்க வேண்டும். ரதி திடுக்கிட, ப்ரணவ் தயங்காமல் சொன்னான் "நான் முன்ன இருந்தே அப்படிதான் கூப்பிடுவேன்..."

ரதி இன்னும் அதிர்ந்தாள். 'என்னடா அப்படியே சொல்ற?' என்பது போல் பார்த்தாள்.

"அவளுக்கு எல்லாம் தெரியும், இது மட்டும் தெரியாம இருக்கணுமான்னுதான்."

அவன் மாறவே இல்லை. அதே துணிச்சல்; அதே நேர்மை; அதே படபடப் பேச்சு!

இரு தினங்கள் முன் "பார்க்க வேண்டும்" என்று ப்ரணவ் அலைபேசியில் அழைத்துக் கேட்டபோது, ரதிக்குப் புரியவில்லை. பிரிந்து இருவருடமாகிறது. தொடர்பே இல்லை.

"என்ன திடீர்னு இவ்ளோ நாளுக்கு அப்பறம் என் ஞாபகம். அதும் மீட் பண்ணணும்னு?"

“அட, உன்னை என்ன இனி தூக்கிட்டுப் போய் தாலியா கட்டப் போறேன்? அதான் இன்னொருத்திக்குக் கட்டியாச்சே பாக்கணும். கொஞ்சம் பேசணும். அவ்ளோதான்.”

“இந்த எகத்தாளத்துக்கு ஒண்ணும் குறைச்சல் இல்ல. லைஃப்ல எல்லாம் ஓகேதானே?”

“அமோகமா இருக்கேன். நேர்ல பாரேன். மிஸ் பண்ணிட்டோமேன்னு வருத்தப்படுவ.”

“ஐயே! போதும் போதும். வர்றேன். ஃப்ரைடே ஆஃப்டர்நூன் ஓகேவா?”

“ஹ்ம்ம். ஓகேதான். டைம் மட்டும் நைட்டுக்குள்ள மெசேஜ் பண்றேன்.”

அப்படி நேரம் குறித்து நிகழ்ந்திருக்கும் சந்திப்பு. இப்படிப் பெண்டாட்டியை அழைத்து வருவான் என நினைக்கவில்லை. அதில் அவளுக்கு எதுவும் பாதகம் இல்லை எனினும் இது எதிர்பாராத சந்திப்பு. கொஞ்சம் கூட முன் தயாரிப்பின்றி காதலனின் மனைவியை எதிர்கொள்வது லேசாகத் தடுமாற வைத்தது. அதாவது முன்னாள் காதலனின் மனைவி!

‘சொல்லித் தொலைக்க வேண்டியதுதானே, இவளும் வருவாள் என’ என்று மனதிற்குள் ப்ரணவைத் திட்டிக்கொண்டாள். சத்யாவைப் பார்த்து ரதி சங்கடமாய் புன்னகைத்தாள்.

“இவனை எப்படி சத்யா சமாளிக்கறீங்க? எங்க என்ன பேசறதுனு இல்லாம உண்மையப் பேசறேன்னு உளறி வைப்பானே!”

“அது பழகிருச்சு. ரெண்டு வருசமாச்சே! அப்புறம் வா போனே பேசிப்போம், ரதி. எனக்கு அதுதான் வசதி. ஃபார்மாலிட்டீஸ் போர்!”

“நல்ல ஜோடி. ப்ரணவும் இப்படித்தான்!”

“நீ நல்ல அழகி ரதி. பொருத்தமான பேர்.”

“இந்தப் பேருக்காகவே வேற வழியில்லாம இதைச் சொல்லிடறாங்க பலரும்.”

“அட, நிஜமாத்தான். என்ன ஒரு சிரிப்பு!”

"சரி சரி. நீ என்ன அவனைவிட மோசமா இருக்க. இவ்ளோ நல்லவளா இருந்தா அப்பறம் பெண்களோட இலக்கணம் என்னாகறது? கொஞ்சமாவது சண்டைபோட வேண்டாமா?"

இருவரும் சேர்ந்து சிரித்தனர். ப்ரணவ் அந்தச் சிரிப்பை வேடிக்கை பார்த்திருந்தான்.

"உங்கிட்ட ஒரு முக்கியமான விஷயம் பேசணும்னு ரெண்டு பேரும் வந்துருக்கோம். சுத்தி வளைச்சுத் தயங்கித் தயங்கி பீடிகைலாம் போடாம ஸ்ட்ரைட்டாப் பேசிடலாமா?" - சத்யா கேட்டதும் ரதி யோசனையாய் 'என்ன?' என்பது போல் புருவம் உயர்த்திக் கேட்டாள்.

"நீ எப்போ கல்யாணம் பண்ணிக்கப் போற?"

ப்ரணவ் திடுமெனத் தீவிர முகத்துடன் கேட்டான். ரதி முழு அமைதிக்குப் போனாள்.

"பண்ணிக்கலாம். இப்போ என்ன அவசரம்?"

அப்போது அருகே வந்து நின்ற அந்தச் சிப்பந்தியிடம் பிரணவ் என்ன ஆர்டர் செய்தான் என்பதைக் கூட கவனிக்க முடியாமல் சில கணங்கள் உலகம் ம்யூட் ஆனது ரதிக்கு.

"என்ன அவசரமா? உனக்கென்ன நேத்து சமைஞ்ச குமரின்னு நினைப்பா? முப்பது ஆச்சு. ஏதும் செட் ஆகலைன்னு சொல்லாத. நீ முயற்சி எடுக்கலைனு எனக்கு நல்லாத் தெரியும். உனக்கு ப்ரப்போஸ் பண்ண ஆள் இருக்காங்க. இன்னும் பண்றாங்கன்றதும் தெரியும்."

அதிர்ச்சியாய்ப் பார்த்தவளை ஒருவித நக்கல் சிரிப்புடன் எதிர்கொண்டான் ப்ரணவ்.

"போனவன் அப்படியே போய்டுவேனு நினைச்சியா? உன்னை வாட்ச் பண்ணிட்டுதான் இருக்கோம். அதுக்கெல்லாம் ஆள் இருக்கு. ஓடவும் முடியாது; ஒளியவும் முடியாது."

"..."

"சரி சரி. கலவரமாகாத. அப்படிலாம் பண்ணல. போன மாசம் உங்கிட்ட ப்ரப்போஸ் பண்ணின சிவா என் கூடத்தான் காலேஜ்

படிச்சான். எங்க காலேஜ் வாட்ஸாப் க்ரூப்ல இருக்கான். பொலம்பிட்டு இருந்தானேன்னு ஆறுதல் சொல்லலாம்னு யாரு என்னனு விசாரிச்சா, பேரு ரதின்னான். பேர்ல இம்ப்ரெஸ் ஆகி மேற்கொண்டு குடைஞ்சா அது நீதான். வேணாம்னுட்டியாமே. தகுதியானவன். அவனை எல்லாம் ரிஜெக்ட் பண்ணக் காரணமே இருக்க முடியாது. வேலை, படிப்பு, அழகு, குணம்னு. அதான் வந்தோம், உன்கிட்ட பேசணும்னு. புரிஞ்சுக்கோ ரத்தி. வயசும் காலமும் போனா திரும்பக் கிடைக்காது. நல்லா வாழ எல்லாத் தகுதியும் இருக்கற நீ ஏன் தனியா இருக்கணும்? லேட் பண்ணாத."

"சரி, கல்யாணம் பண்ணியே ஆகணும்னு என்ன இருக்கு? எனக்கு அது செட் ஆகாது."

"அதெப்படி செட் ஆகாமப் போகும்? உலகத்துல கோடிக்கணக்கான ஆணும் பெண்ணும் செட் ஆகுமானு செக் பண்ணிப் பாத்துட்டா இருக்காங்க? உனக்கு வீம்பு. அகங்காரி."

"ப்ரணவ் ப்ளீஸ்..." - அவனை அடக்குவதுபோல் கை உயர்த்தினாள். சத்யாவும், "ப்ரணவ் இதென்ன பிகேவியர்?" என்றாள் கிசுகிசுப்பாக. ஆனால் அவன் அடங்காமல் பேசினான்.

"இல்ல சத்யா. உனக்கு நான் சொன்னது வச்சு சம்பவங்கள் தெரியும். ஆனா இவளுக்கு உள்ள இருக்கற வீம்பு, வைராக்கியம் இருக்கே, அது எனக்குத்தான் தெரியும். பாக்க பச்சப் புள்ள மாதிரி இருப்பா. ஆனா அவ்ளோ அழுத்தம் பிடிச்சவ. எல்லாத்தையும் மனசுலயே வச்சு வச்சுத்தான் நாங்க பிரிஞ்சதே. ஒரு வார்த்தை சொல்லிடக் கூடாது, அத நினைச்சே மறுகுவா. ஆனா அத டைரக்டா கேட்க மாட்டா. தன்னையே வருத்திக்கிட்டுப் புழுங்குவா."

ரதி சட்டெனத் தன் இருக்கையிலிருந்து எழுந்துகொண்டாள் - "நான் கிளம்பறேன்."

சத்யா அவள் கைகளைப் பிடித்தாள், "ப்ளீஸ் நீ உக்காரு. நான் பேசறேன் இவன்கிட்ட."

"பிரணவ், கொஞ்சம் மூடிட்டு இரு. ரொம்ப நாள் கழிச்சு மீட் பண்றப்போ என்ன, எப்படிப் பேசணும்னு இல்லையா?" - அவன் தொடை மேல் கை வைத்து அழுத்தினாள் சத்யா.

"அதில்ல சத்யா..." - ஏதோ சொல்ல ஆரம்பித்தவன் கொதிப்படங்கி அமைதியானான்.

ரதிக்கு ப்ரணவைத் தெரியும். அவன் மனதில் பட்டதைப் பேசுபவன், உடனுக்குடன் எதையும் கேட்பவன், பைத்தியமாய்த் தன்னிடம் மயங்கித் திரிந்த காலத்திலுமே கூட தர்க்கபூர்வமாக விவாதம் செய்து அவளது முட்டாள்தனங்களைக் கேள்வி கேட்டவன்.

"நீ அழகா இருக்கே, நான் உன்னை அவ்ளோ லவ் பண்றேன் அப்படிங்கறதுக்காக நீ பேசற முட்டாள்தனமான அபத்தங்களை எல்லாம் பொறுத்துக்க முடியாது, ரத்தி!"

கோபத்தில் ரத்தி இன்னும் அழுத்தப்படும். ரதி சீறுவாள் – "ஓ! நான் முட்டாளா?"

"விதண்டாவாதத்துக்குக் கேட்கற. ஆனாலும் சொல்றேன். யம்மா தாயே, முட்டாள்தனமா பேசறது வேற, முட்டாளாவே வாழறது வேற. நீ முதலாவது. அதுவும் இந்த எமோஷனல், சென்டிமெண்ட் விஷயங்களில் மட்டும். ஸோ முட்டாளானு யோசிச்சு பத்து நாள் பட்டினி கிடக்காத. எதயும் லாஜிக்கா யோசிக்கக் கத்துக்க முதல்ல. எமோஷனலா குழப்பிக்காத."

அவள் திருப்தியுறாமல் உம்மென்றே இருப்பாள்.

"இத்தனை களேபரத்துலயும் நம்மள அழகுனு சொல்றானேன்னு யோசிக்கறாளானு பாரேன். அவ்ளோ ஆணவம் அந்த அழகு மேல."

மெல்லச் சிரித்து விடுவாள் – "பேசியே மயக்குடா!"

"மயங்கிட்டாலும். மூணு வருஷமா லவ் பண்றோம். இதுவரைக்கும் முத்தம் மட்டும்தான் கிடைச்சிருக்கு. மயங்கிக் கிறங்கி எதுனா நடக்குதா?"

"சரி, நேரமாச்சு. நான் கிளம்பறேன்."

"உடனே ஓடிருவா. போய்த் தொலை. என்னிக்கா இருந்தாலும் என்கிட்டேதானே மாட்டப் போற. அன்னிக்கு மொத்தமாப் பாத்துக்கறேன்."

சும்மா எல்லாம் செய்து பார்த்து விட முடியுமா? அது என்ன பரிசோதனையா? எல்லாம் தானாக நிகழ வேண்டும். மிக இயல்பாக நடந்ததே தெரியாமல். தோன்ற வேண்டும். முதல் முத்தமே அத்தனை இயல்பாகத்தான் நடந்தேறியது. அதை எண்ணிப் பார்த்தாள்.

ப்ரணவ் முன்கோபி. யாராவது ரதியை ஏதாவது சொல்லி விட்டால் அவளுக்கு அழுகை வரும், அவனுக்குக் கோபம் வரும். ஒருமுறை பேருந்து நிறுத்தத்தில் ஒருவன் தவறான சைகை காட்ட அவள் பயந்து அவனுக்கு அழைத்தாள். வந்தவன் தன்னைக் கூட்டிக் கொண்டு போவான் என்பதுதான் அவள் எதிர்பார்ப்பு. ஆனால் அவளிடம் யார் எனக் கேட்டவன், முதலில் அந்தப் பொறுக்கியைத்தான் வலுவாக முகத்திலே குத்தினான். அவனைச் சமாதானப்படுத்தி அங்கிருந்து அழைத்து வருவது பெரும்பாடாகி விட்டது.

“ஐயோ! மூக்குல ரத்தம் வருது அவனுக்கு.”

“போ, போய் உன் ஷாலைக் கிழிச்சுத் தொடைச்சு விடு. பொன்னாடை மாதிரி எப்போ பாரு ஒரு ஷால். இந்த ட்ரெஸ்ஸோட அழகே கெடுது.”

“சரி, நீ அமைதி ஆகு. ஏன் இவ்ளோ கோவம் வருது உனக்கு?”

“என் பொண்டாட்டிய ஒருத்தன் தப்பாப் பார்த்தா கோவம் வரத்தான்டி செய்யும்.”

அவள் அந்த வார்த்தைகளுக்கு இளகினாள். அன்று விடை பெறும்போது முத்தமிட்டாள். அதுதான் முதல் முத்தம். அதன் பின் அவன் எப்போது சினம் கொண்டாலும் அவனைச் சாந்தம் செய்ய முத்தம்தான் தீர்வு. வேறு எந்தச் சமாதானத்திற்கும் ஒத்து வர மாட்டான்.

இன்று சத்யா தொடையில் கை வைத்து அழுத்தியதும் அமைதி ஆகிறான். அவன் கோபத்தை என்னை விட யார் புரிந்துகொள்ள முடியும், என்னைத் தவிர யாரால் தணிக்க முடியும், என்ற இறுமாப்பு வெகுகாலம் இருந்தது ரதிக்கு. இப்போது அதற்கு இன்னொரு ஆள் இருக்கிறது. மனதைக் கட்டுப்படுத்தி மறுபடியும் அமர்ந்தாள்.

சத்யா, ப்ரணவிடம் திரும்பி அமைதியாகவும் அழுத்தமாகவும் சொன்னாள்:

“நீ கொஞ்சம் இரு. நான் பேசறேன்னுதானே வந்தேன், நானே பேசிக்கறேன்.”

“ரதி, உன்ன ஹர்ட் பண்ண இதெல்லாம் நாங்க பேசலை, ஏதோ காரணம், என்னமோ சிச்சுவேஷன் நீங்க பிரிஞ்சுட்டீங்க. இப்போ அந்தக் காரணம்லாம் தேவை இல்ல. ஆனா அதுக்கு அப்பறம் ஒரு வருஷத்துலயே ப்ரணவ் என்னப் பாத்து லவ் பண்ணி கல்யாணம் பண்ணிக்கிட்டான். அதான் மனுஷங்க இயல்பு. கல்யாணம் ஆனா லைஃப் நிஜமாவே வேற ஒரு ஃபீல் தருது. எவ்ளோ சண்டை வந்தாலும் நமக்காக ஒரு ஆள் இருக்குற உணர்வை கல்யாணம் மாதிரி ஏதும் தர்றதில்ல. வேலைல ஒரு சிக்கலா அந்த வேலைய விட்ரு, நான் பாத்துக்கறேன்னு சொல்ல ஒரு ஆளு. மனசு சரி இல்லங்கறத நாம சொல்லாமலே முகம் பார்த்தே தெரிஞ்சு விசாரிக்க ஒரு ஜீவன். ஊரே புரிஞ்சுக்காட்டியும் நம்ம நியாயத்தைப் புரிஞ்சுக்கற துணை. நம்ம சாயல்ல குழந்தைகள், அவங்களோடு விளையாட்டு எவ்ளோ இருக்கு கல்யாண வாழ்க்கைல. இது மேல எல்லாம் உனக்கு ஆசை வரலையா, ரதி?”

“...”

“நீ ஏன் ப்ரேக்கப்புக்கு அப்பறம் காதல், கல்யாணம்னு பண்ணிக்காம இருக்க? அது ஒருவிதத்தில் எங்களுக்கு கில்ட்டி ஆகுது. ஏதோ பாவம் பண்ணிட்ட மாதிரி உறுத்துது.”

ப்ரணவ் குறுக்கே புகுந்தான், “எக்ஸாக்ட்லி. அதான் அவளுக்கு வேணும். நான் கில்ட்டி ஆகணும்னுதான் அவ இப்படிலாம் பண்றா. அதுல ஒரு கொடூரத் திருப்தி. சாடிஸ்ட்...”

ரதி குரல் உயர்த்தினாள் - “நான் கல்யாணம் பண்ணிக்காம இருக்க நீயோ, நம்மோட ப்ரேக்கப்போதான் காரணம்னு நினைக்கறதை முதல்ல நிறுத்து, ப்ரணவ். நான் லவ் பண்ணின பிரணவ் வேற, இதோ இங்க இருக்கற ஆள் வேறன்னு எனக்குத் தெரியும். எனக்கு இப்போ உன் மேல எந்த இன்ட்ரெஸ்ட்டும் இல்ல. இனிமேலும் இருக்காது.”

“அப்போ ஏன் கல்யாணம் பண்ணிக்கல? காரணத்தைச் சொல்லு.”

"எனக்கு விருப்பமில்ல. பண்ணிக்கல. ஏஸ் ஸிம்பிள் ஏஸ் தட்."

"அசிங்கமா நடிக்காத, ரத்தி. உனக்குக் குடும்பம், குழந்தைனு வாழ எவ்ளோ ஆசைன்னு எனக்குத் தெரியும். விருப்பமில்லைன்றது பொய். முட்டாள்தனமான எமோஷன்ஸைத் தூக்கிட்டு திரியறதை நீ இன்னும் விடலை. அதான் காரணம். உனக்கு பிரேக்கப்போட தாக்கமே இன்னும் போகல. அதை நீ அவமானமா நினைக்கற. உன் அழகை, உன்னோட பெண்மையை ஒரு ஆண் வேண்டாம்னு விட்டுப் போனதை நினைச்சு நினைச்சு இன்னும் பொருமிட்டே இருக்க. அதான் நிஜம். நம்ம விஷயம் முடிஞ்சுது. அவ்ளோதான். அதுதான் எதார்த்தம். அதை அக்ஸப்ட் பண்ணிக்கோ. அதான் நம்ம ரெண்டு பேருக்குமே நல்லது."

வேகமாய்ப் பேசிவிட்டு கோபமாய் முகம் திருப்பினான். அவனது பக்கவாட்டுத் தோற்றம் - அது இன்னும் தன் வசீகரத்தை மாற்றவே இல்லை. அப்படி அவன் சினம் கொண்டு முகம் திருப்பும் போதெல்லாம் அந்தக் கன்னங்களில் அழுத்தி முத்தமிட்டு மெல்லப் பல் பதிப்பாள். இரண்டு, மூன்று நாட்களான மெல்லிய தாடி ரோமங்கள் இருந்தால் அதில் இதழ் கொண்டு வருடுவாள். இப்போது இதை எல்லாம் சத்யா செய்கிறாளா? அது அவனுக்குப் பிடிக்கும் என்றாவது அவளுக்குத் தெரியுமா!

சத்யா இடைமறித்தாள் "ப்ரணவ், உங்கிட்ட சும்மா இருன்னு சொன்னேன்."

ரதியின் கண்கள் கலங்கி இருந்தன. பேசினால் அழுதுவிடுவோமோ என்று அவளுக்கே அச்சம் வந்து அமைதியாய் வாய்மூடி இருந்தாள். சத்யா அவளிடம் சொன்னாள் -

"ரதி, அவனை விடு, நீ யோசி உன் லைஃப் பத்தி, கல்யாணம் பத்தி. லவ் ஆர் அரேஞ்ச்ட் மேரேஜ் எதுனாலும் சரி. நீ சரினு சொல்லு, உனக்கு நான் மாப்பிள்ளை பாக்கறேன். நீ, நான்னு போட்டி போட்டு ஆளுக வருவாங்க. எனக்குத் தெரியும். இன்னும் இவனையே நினைச்சுட்டு எல்லாம் இருக்காத. இவன் ஒரு டம்மி பீஸ். அவ்ளோ ஒர்த் எல்லாம் இல்ல."

கேலியாய்ச் சிரித்து சத்யா அந்தக் கந்தகச் சூழலைச் சற்று சகஜமாக்க முயன்றாள்.

“சத்யா, நான் இங்க பாக்க வந்தது ஒரு மெமெரிக்காக. நீ வருவேன்னு கூட தெரியாது. இனிமே நாம வெறும் ஃப்ரண்ட்ஸ்தான்னு ப்ரணவ் என்னிக்குச் சொன்னானோ, அதுக்கு அப்பறம் நான் ஒரு ஃப்ரண்ட்டாக் கூட அவனை காண்டாக்ட் பண்ணவே இல்ல. உங்க கல்யாணத்தப்போ கூட நான் வரல. சுத்தமாவே அவனிடமிருந்து நான் விலகிட்டேன்.”

“...”

“திடீர்னு முந்தாநேத்து ப்ரணவோட கால் வந்தப்போ சந்திக்க வரச் சம்மதிக்கக் காரணமே உங்களுக்குக் கல்யாணம் ஆயிடுச்சு, ரெண்டு வருஷம் ஆச்சு, இனிச் சந்திக்கறதுல எந்த சங்கடமும் இருக்காதுன்ற எண்ணம்தான். ப்ரணவ் இப்போ எப்படி இருக்கான், அவனை ஒரு முறை பாக்கணும்னு நினைச்சது உண்மை. ஆர்வமும், ஆசையுமாத்தான் பாக்க வந்தேன். உன்னையும் பாத்ததும் ஹேப்பியா இருந்துச்சு. அவ்ளோதான். நான் இன்னும் ப்ரணவை நினைச்சுட்டே இருக்கேன்னு நினைச்சுக்காதே சத்யா. கொஞ்சம் கூட இல்ல.”

ப்ரணவ் முகத்தைப் பார்ப்பதைத் தவிர்த்தாள் ரதி. சத்யா முறுவலித்துச் சொன்னாள் -

“நீ இன்னிக்குப் போட்டுட்டு வந்துருக்கற ட்ரெஸ் என்ன கலர்? பெர்ஃப்யூம்? நான் அவ்ளோ முட்டாள் இல்ல, ரதி. எனக்கு இது எல்லாம் புரியுது. ஆனா இது எதுமே அர்த்தம் இல்ல.”

“...”

“லவ் பண்றது லைஃப்ல ஒரு பார்ட்தான். அதுவே லைஃப் ஆகாது. நீ ஓவர் எமோஷனல் கேரக்டரா இருக்கறதுதான் உன் பிரச்சனை. இந்தக் காலத்துல பொண்ணுங்க ஒரே நேரத்துல ரெண்டு, மூணு பேரக் கூட லவ் பண்றாங்க. நான் உன்னை ஒரு கல்யாணம் பண்ணிக்கலாமேனுதான் கேட்கறேன். உன்ன இதுல கட்டாயப்படுத்தல. நீ இது பத்தி யோசிக்கவாவது தயாராகு. எந்தப் பொண்டாட்டியாவது புருசனோட எக்ஸைப் பாக்க வந்து இப்படி பேசிட்டு இருப்பாளா? நான் செய்யறேன்ல! எனக்காக யோசியேன்.”

“ம்ம்ம்.”

"அவ ஊமைகோட்டான். சரினு வாயத் தொறக்கறாளானு பாரேன். ஒருவிதத்தில் அவ என்னைப் பழிவாங்கறா. என்னை விட்டுட்டுப் போனியே, அந்தக் கில்ட்டியோடவே கிட வாழ்நாள் பூரா, அதான் தண்டனைனு சொல்றா. இவ தியாகி ஆகி, என்னை வில்லன் ஆக்கற முயற்சி. அதுக்கு தன் வாழ்வைப் பணயம் வைக்கவும் தயங்காத வன்மம்."

"ப்ரணவ், நான் உன்னையே நினைக்கல. உன் மேல இருந்த மயக்கம், காதல் எதுமே எனக்கு இப்ப இல்ல. நீ ஒரு நினைவா மட்டும்தான் எஞ்சி இருக்க. நம் பிரிவில் சண்டை கூட இல்லை. தெளிவாப் பேசித்தான் பிரிஞ்சோம். அதனாலேயே உன் நினைவு எனக்குக் கசப்பா மாறல. ஏதுமே விளங்காம வன்மம், பழிவாங்கல்னு வார்த்தைகளை விடாத."

"என் மேல லவ் இல்லைனா எதுக்கு இப்படி இன்னும் எனக்குப் பிடிச்ச கலர், எனக்குப் பிடிச்ச மாதிரி துப்பட்டா இல்லாம வந்த? இந்த ஜிமிக்கி கூட எனக்கு பிடிக்கும்னுதான் போட்டுட்டு வந்துருக்க? இன்னும் என்னை லவ் பண்ற. அடுத்தவ புருஷன்னு தெரிஞ்சும்."

கடைசி வாக்கியத்தை அழுத்தினான். "நோ" கொஞ்சம் தீர்க்கமாய்ச் சொன்னாள் ரதி.

"எனக்கு உன் மேல எந்தக் காதலும் இல்ல. இன்னும் சொல்லப் போனா இப்போனு இல்ல, அப்போவே கூட உன்னை நான் உண்மையா லவ் பண்ணலைன்னுதான் தோணுது. இல்லைனா உனக்காகப் போராடி இருக்கணும்ல, எப்பாடுபட்டாவது உன்னைத் தக்க வச்சுருக்கணும்ல. நீ ஒத்துவராதுன்னு சொன்னதும் சரி போன்னு விட்டுட்டேன். எனக்கு கெஞ்சப் பிடிக்கலை. ஆனா உண்மைல காதல்னு வந்தா இதெல்லாம் பார்க்கக் கூடாது. எப்பாடு பட்டாவது அதுக்காக நின்னுருக்கணும். நான் எதுமே பண்ணல. இப்போ நீ வேணாம்னு சொன்னதும் சத்யா போய்டுவாளா? மாட்டால்ல? அப்படி இருந்திருக்கணும். ஆனா எனக்கு அப்படி ஏதும் தோணல. சரின்னுட்டேன். நான் இரண்டில் ஒரு சாய்ஸா இருக்க எப்பவும் விரும்பினதில்ல. அதனாலதான் உன் முடிவை மாற்ற நினைக்கவே இல்ல. அப்போவே அப்படினா இப்போ கல்யாணம் ஆன உன்னை லவ் பண்ணுவேனா?"

"..."

"உன் கல்யாணத்தப்போ கூட பெரிய வருத்தம்லாம் இல்ல எனக்கு. இன்னொருத்திய விரும்பத் தயாரானதுக்கு அப்பறம் நீ எனக்கு யாரோதான். உனக்காக அழுது புலம்ப விரும்பல. நான் எமோஷனலான ஆள்தான். ஆனா அது என்னோடதுன்னு இருக்கும் வரைதான். நீ போறேன்னதுமே என்னோடது இல்லைனு ஆயிடுச்சு. அப்பறம் நான் உணர்ச்சிவசப்பட என்ன இருக்கு? இப்போ யோசிச்சா காதலை விட எனக்கு என் ஈகோதான் பெருசா இருந்திருக்கு, எப்பவும். உன்னை நான் எப்பவுமே லவ் பண்ணல, ப்ரணவ். அதான் உண்மை. என்னனா எனக்கே இந்த விஷயம் லேட்டாதான் புரிஞ்சுது."

"..."

"ஆமா, நான் உனக்குப் பிடிச்ச மாதிரி கலர்ல ட்ரஸ் பண்ணிக்கிட்டேன், உனக்குப் பிடிச்ச மாதிரி ஜிமிக்கி, உனக்குப் பிடிச்ச ஹேர் ஸ்டைல் எல்லாமும்தான். ஆனா இது எதுமே நாளைக்கு இருக்காது. உன் கூட சில வருஷங்கள் ஒண்ணா கழிச்சுருக்கேன். எனக்கு அந்த நினைவுகள் ரொம்பப் பிடிக்கும். நாம பேசின கான்வெர்சேஷன்லாம் கூட நினைச்சு சிரிச்சுப்பேன். இப்போ நீ பேசும்போதுகூட பழசெல்லாம் மனசில் ஓடுச்சு."

"..."

"அப்படி வீட்டில் இருந்து கிளம்பும்போது ஓடின நினைவுகளின் விளைவுதான் உனக்குப் பிடிச்ச மாதிரி வந்தது. உன்னைத் திரும்ப பார்க்க வரதுன்றது ஒரு கொண்டாட்ட நாள் மாதிரி. தீபாவளி, பொங்கல், ஓணம் மாதிரி. ஓணம் அன்னிக்கு மாபலி ராஜா தன் நாட்டு மக்களைப் பார்க்க வரும்போது அவரது மனம் குளிர வேண்டி அவருக்குப் பிடிச்சா மாதிரி புது ட்ரெஸ் போட்டு, பூக்கோலம் போட்டு, நல்ல ஸத்யா விருந்தா சாப்பிட்டு மக்கள் அவரை மகிழ்ச்சிப்படுத்துவாங்க இல்லையா! கிட்டத்தட்ட அது மாதிரி. நீ தோற்று நிலத்தை இழந்த ஒரு ராஜா. அந்த அரசன் திரும்ப தன் நிலத்தைத் தாண்டிப் போறப்ப தான் வாழ்ந்த காலம் மாதிரியே நம் பூமி இருக்குனு நிம்மதி அடைய வேண்டி பிரஜை செய்துக்கற வேஷம் இது. அவ்ளோதான். ஓணம் தீர்ந்ததும் அந்த வேஷம் இருக்காது."

"..."

"எனக்கும் நாளைக்கு இந்த வேஷங்கள் இருக்காது. நாளைக்கு என்ன, இப்போ வீட்டுக்குப் போனதுமே கலைச்சுப் போட்ருவேன். இது நான் இல்லை. நான் உன் ரதி இல்லை. நான் என் ரதி. அதுதான் என் பிரச்சனையும். இனியும் வேஷம் கட்டி யாரையும் ஏமாத்த முடியாதுன்னுதான் கல்யாணம் பண்ணிக்கல. நான் ஒரு காலத்தில் எமோஷனலா இருந்தேன். ஆனா நீ எனக்குக் கத்துக் கொடுத்த முக்கியமான விஷயம் ப்ராக்டிகலா யோசிக்கறதுதான். அதுவும் நீ போனதுக்கு அப்பறம்தான் அதை அழுத்தமா கத்துக் கொடுத்திருக்க. இப்போ நான் ப்ராக்டிகலா மட்டுமே யோசிக்கத் தெரிஞ்ச பொண்ணு."

"..."

"எவ்ளோ ப்ராக்டிக்கல்னா முன்ன காதலிச்சதே வெறும் ஈர்ப்புதான்னு தெளிவாகும் அளவு பிராக்டிகல். இன்னும் உன்னை நான் நினைச்சுட்டு இருக்கேன்னு முட்டாள்தனமா நம்பிட்டு இருக்கியேனு உன்னைப் பார்த்துப் பரிதாபப்படும் அளவு ப்ராக்டிகல். அதை உன்கிட்டயே நேரடியாச் சொல்லி உனக்குப் புரிய வைக்க நினைக்குமளவு ப்ராக்டிகல்."

பிரணவ் முகம் மாறியது. சத்யா அவனைப் பார்த்தாள். அவன் கண்கள் கலங்குவது தெரிந்தது. பிரணவ் எழுந்தான். "நான் கிளம்பறேன். கார்ல இருக்கேன். நீ வா சத்யா. பை ரத்தி." என்று கிளம்பினான். சத்யா அவன் போவதையே பார்த்துவிட்டு ரதியிடம் திரும்பினாள். அவள் லேசாய் பெரிய மூச்சுக்களை விடுவது தெரிந்தது. "கூல் ரதி."

"கடைசியா ஒண்ணு மட்டும் சொல்லிக்கறேன், ரதி. நான் உனக்காக வரல. என் புருஷன் இன்னும் இன்னொருத்தியை நினைச்சுக் கலங்கறதைத் தாங்கிக்க முடியாமத்தான் வந்தேன். உன் கல்யாணங்கறது எங்களுக்கு ஒரு விடுதலை. அவன் என் புருஷன். அவனோட நிம்மதிக்காகத்தான் இத்தனையும். நீயும், அவனும் இன்னும் பரஸ்பரம் நினைச்சுட்டே இருந்தா ஒருவிதத்தில் நீங்க ரெண்டு பேருமே பண்றது எனக்கான துரோகம். அது தெரிஞ்சே நான் உங்க ரெண்டு பேருக்காகவும் பேசிட்டு இருக்கேன்."

"..."

"என் நிலை புரியுதா? என்கிட்ட சொல்லு - உண்மையாவே நீ அவனை மறந்துட்டியா?"

"மறக்கல. ஆனா நினைக்கவும் இல்ல. அவன் முந்தாநேத்து போன் பண்ணும் வரை ப்ரணவ் பேர் கூட நினைவில் இல்லை. பிரியறதா முடிவான நாளிலிருந்து இன்னிக்குவரை நாங்க சந்திக்கவே இல்ல. பேசிக்கிட்டதும் இல்ல. இனிமே நாம சந்திக்கவும் எதுவும் இல்லை, சத்யா. என்னைப் பத்தி வீணா யோசிக்காதீங்க. அவன்கிட்டயும் சொல்லிடுங்க. என் கல்யாணத்தை நான் முடிவு பண்ணிக்கறேன். அதுக்கான உரிமை எனக்கு மட்டுமே இருக்கு. அதில் அதிகப்பிரசங்கித்தனமா தலையிட முயற்சிக்காதீங்க."

சத்யா எழுந்தாள். கிளம்பி நடந்தவள் திரும்பி நின்று ரதியைப் பார்த்துக் கேட்டாள் -

"பை த வே, மாபலி ராஜாவுக்குப் பிடிச்ச மாதிரி குடிவேஷம் போடறதுக்குப் பின்னாடி ராஜாவை மகிழ்விக்கணும் என்ற ப்ரியம்தானே ஆதாரக் காரணமா இருக்கும், ரதி?"

"ஆமா. ஆனா தினம் அந்த வேஷத்தைப் போடச் சொன்னா, 'போடா மயிரே நீ இப்போ என் ராஜா இல்லை'ன்னுட்டு போயிருவான் பிரஜை!" - சிரித்தாள். இருவரும் சிரித்தனர்.

"ஓகே. பை. டேக் கேர்."

காரில் ஏறும்போது ப்ரணவின் கண்கள் சிவந்திருந்தன. சத்யா எதுவும் கேட்கவில்லை.

"சத்யா, நீ ஓட்டறியா? ப்ளீஸ்."

கெஞ்சுகின்ற அவனைப் பார்க்கவே பாவமாக இருந்தது. இடம் மாறி அமர்ந்தார்கள்.

"அவ ப்ராக்டிகலா மாறிட்டா. ஆனா அவ லவ் பண்ணவே இல்லனு சொன்னதைத் தாங்க முடியாம நாந்தான் எமோஷனலா உடைஞ்சிட்டேன். உண்மைல அதைத் தாங்க முடியாத அளவு நான்தான் இன்னும் அவளை லவ் பண்ணிக்கிட்டே இருந்திருக்கேன் போல. இந்தப் பிரிவு மனசளவில் அவளை நானாவும் என்னை அவளாவும் மாத்தி விட்டுருக்கு, சத்யா!"

சத்யா ஏதும் பேசாமல் காரை நகர்த்தினாள். ரதி வெளியே வந்து பெருமூச்சு விட்டாள்.

ரதி வண்டியைக் கிளப்பும்போது அலைபேசி அழைத்தது - "மேம், உங்க ஃப்ளாட்டுக்கு பெயிண்ட் அடிக்க என்ன கலர்னு சூஸ் பண்ணிட்டீங்கன்னா நாளைக்கு அடிக்க ஆள் வந்துருவாங்க. கலர்ஸ் வாட்ஸாப் பண்ணி இருக்கேன். செலக்ட் பண்ணி அனுப்புங்க."

வாட்ஸாப் செய்தியைத் திறந்து நிரடி குழப்பமே இல்லாமல் ஸ்கை ப்ளூவைத் தேர்ந்து அனுப்பிவிட்டு சின்னப் புன்னகையுடன் ஸ்கை ப்ளூ நிற ஆக்டிவாவைக் கிளப்பினாள்.

(செப்டெம்பர் 2023ல் எழுதப்பட்டு ஃபிப்ரவரி 14, 2024ல் வெளியானது)

★★★

3. மூளி

அம்மாவைப் பார்க்கப் பார்க்க சஞ்சனாவுக்குப் பயமாய் இருந்தது. பத்மா அள்ளி முடிந்த கொண்டை அவிழ அவிழ, விடாமல் தொண்டை கிழியக் கத்திக்கொண்டிருந்தாள்.

"ஆக்கங்கெட்ட மனுசன்யா நீ. இந்தப் பதினெட்டு வருசமா நானும் பாக்கறேன். சூடு சொரணையுள்ள சென்மம்னா மனசு துடிக்க வேணாம்? என்ன ஒரு மெத்தனம்! நீ என்னமோ கத்து, நான் எரும மாட்டு மேல மழ பேஞ்சாப்லதான் இருப்பேன்னு கெடக்க..."

ஞாயிறு விடுமுறை அன்று கூட நிம்மதி இல்லை வீட்டில். நாளை மாதாந்திரத் தேர்வு இருக்கிறது, படிக்க வேண்டும் என்ற கவலையோடு சண்டையைப் பார்த்துக்கொண்டிருந்தாள் சஞ்சனா. அப்பா தளர்ந்து போய் நாற்காலியில் அமர்ந்திருந்தார்.

வெயிலில் அலைந்துவிட்டு அப்போதுதான் வீடு திரும்பி இருந்தார். உப்புப் பெறாத ஒரு விஷயத்தில் ஆரம்பித்த பேச்சு, இத்தனை தூரம் போய் நிற்கும் என்று அவர் நினைத்துப் பார்த்திருக்க மாட்டார். வெயிலில் வீட்டிற்கு வந்ததும் அம்மாவிடம் மோர் கேட்டார். தன்னிடமாவது சொல்லி இருக்கலாம், தானே நீர் மோர் கலந்து கொடுத்திருக்கலாம் என்று தோன்றியது சஞ்சனாவுக்கு.

அம்மா அப்போதுதான் மதிய உறக்கத்திற்குத் தயாராகி இருந்தாள். சலிப்புடன் சொன்னாள்: "தண்ணி குடிங்களேன். இப்பதான் தூங்க ஆரம்பிச்சேன்."

"இந்த வெயில்ல அலைஞ்சு திரிஞ்சுட்டு வரேன். நீ சொகுசாத் தூங்கிட்டு இருக்க. ஒரு டம்ளர் மோர் தர முடியாதா உன்னால?" என்று கடுகடுத்தார் அப்பா.

“எல்லா வேலையும் முடிச்சுட்டு இப்பதான் அக்கடான்னு படுத்தேன். ஆம்பளைகளுக்கு என்ன! ஊர் சுத்தறதே ஒரு வேலைன்னு சொல்லுவீங்க. இருங்க, கலக்கறேன்…”

“ஊர் சுத்தறதுதான்டி என் வேலை. தெருத்தெருவாச் சுத்தித்தானே நாலு காசு சம்பாதிச்சுக் கொண்டு வரேன். சும்மாவா தர்றான் முதலாளி காசு?”

“ஆமா, பொல்லாத காசு. இழுத்துக்கோ பறிச்சுக்கோன்னு இங்க அந்தக் காச வச்சு ஓட்றவளுக்குத்தானே தெரியும் அதோட கஷ்டம்!”

“ஆமா, வீட்டுக்குள்ள உக்காந்து தளுக்கி மினுக்கறவளுக்குக் கஷ்டம் எப்படிப் புரியும்?”

“தளுக்கி மினுக்கறனா? வாய் கூசல உனக்கு? இருந்த நகையையும் பிடுங்கிட்டுப் போய் எண்ணிப் பதினைஞ்சு வருசமாச்சு. ஒத்தக் குந்துமணி தங்கம் கண்ல காட்டத் துப்பில்ல. இங்க நீ என்னத்த கொண்டு வந்து கொட்டறேன்னு நான் தளுக்கி மினுக்கறது? அடுத்த வருசமே மீட்டுத் தர்றேனு கைநிறைய நகைய வாங்கிட்டு போனவன்தானே நீ? இத்தன வருசமாவுது. மொத்தமும் அடகுலயே அழிஞ்சு போச்சே. நீயெல்லாம் நல்லாருப்பியா?”

உரையாடலோ சண்டையோ நகை என்னும் புள்ளியை அடைந்து விட்டால் அம்மாவின் தோற்றமும் சொல்லும் செயலும் வேறொன்றாய் மாறிவிடும். இன்றாவது தூக்கம் போன எரிச்சலில் இருந்தாள். சில நாளெல்லாம் நன்றாகப் பேசிக்கொண்டிருப்பாள்; திடீரென நகை பற்றி ஒரு சொல் வந்துவிட்டால் போதும்; அத்தனை நேரம் அங்கே இருந்தது இதே பத்மாதானா என்று சந்தேகம் வருமளவு இன்னொருத்தியாகவே மாறிவிடுவாள்.

சஞ்சனாவுக்குப் பதினான்கு வயது. அவளுக்கு விவரம் தெரிந்த பத்தாண்டுகளாகப் பார்த்துக்கொண்டிருக்கிறாள். அம்மாவின் இந்தத் தாக்குதலில் சிறிதும் ஈவு இரக்கம் இருந்ததில்லை. அப்பாவை ஒரு புழு போலப் பார்த்துப் பேசுவாள், ஏசுவாள். விட்டால் காலால் மிதித்து அப்பாவை நசுக்கிவிடுவாளோ என்று கூட அச்சம் எழும் அவளுக்கு.

சஞ்சனா பிறப்பதற்கு முன் அவளது தகப்பனாகிய சந்துரு என்கிற சந்திரசேகர் சொந்தமாய்த் துணி வியாபாரம் செய்து வந்தார். திருமணத்தின் போதே சொந்தத் தொழில் என்ற அடையாளத்துடன்தான் பெண் எடுத்திருந்தார்கள். வியாபாரத்தில் தொடர்ந்து பெரும் நட்டம் வந்து கொண்டிருந்ததை மறைத்துப் பார்த்த சந்துரு, சமாளிக்க முடியாத நிலை வரவும் குடும்பத்துடன் சாவதென முடிவெடுத்தார்.

அதை அமல்படுத்த ஒரு நாள் விஷ மருந்து பாட்டிலுடன் வீட்டுக்கு வந்தார். அப்போது சந்துருவின் பெற்றோரும் அவர்களுடன்தான் இருந்தனர்.

“எனக்கு என்ன பண்றதுனு தெரில. கடன் தலைக்கு மேல போய்டுச்சு. சாப்பாட்டில் இதைக் கலந்து சாப்பிட்டு நாம எல்லாரும் செத்துருவோம்.”

அழுத சந்துருவிடம் தன் வீட்டில் போட்ட கொடி, பெட்டியில் பூட்டி வைத்திருந்த பெரிய ஆரம், கொடை ஜிமிக்கி எல்லாம் கொடுத்தாள் பத்மா. காதிலிருந்த தோடு மட்டும் அந்நேரத்தில் திருகாணி அவிழ்க்க முடியாதபடி இறுகிப் போயிருந்ததால் தப்பித்தது.

“வியாபாரம் நடத்த முதலும், உழைப்பும் மட்டும் போதாது. அடுத்தவன் காசை நம்ம கைக்கு வர வைக்கற சாமர்த்தியம் வேணும். அது உங்களுக்குச் சுத்தமா இல்லை. அதை விட்டு வெளிய வந்துருங்க. வேற வேலைல சேரலாம். உடல் உழைப்போட போய்டும். இவ்ளோ மனக் கஷ்டம் இருக்காது.”

பத்மா சொன்னது அப்போது தெய்வ வாக்காகவே இருந்தது சந்துருவுக்கு. கடவுளைப் போல் கருணையுடன் கொடுத்தவளின் சொற்கள் அப்படித்தானே அசரீரி போல ஒலிக்க முடியும்! தவிர, தன் நகைகளை இழக்கத் துணியும் பெண் அரிதானவள் அல்லவா!

திருமணமாகி இரண்டு ஆண்டுகளாகியும் பிள்ளை உண்டாகவில்லை என எப்போதும் கரித்துக் கொட்டிக்கொண்டிருந்த மாமியார் கூட அந்தச் சம்பவத்திற்குப் பின் பத்மாவை மரியாதையாக நடத்தத் தொடங்கினார். பத்மா சொன்னபடி கடன்களை அடைத்து, வியாபாரத்தை மூட்டை கட்டிவிட்டு ஒரு ஜவுளிக் கடையில் வேலைக்குச் சேர்ந்தார். அது ஒரு மொத்த விற்பனைக் கடை.

ஊர் ஊராகச் சென்று ஆர்டர் பிடிக்க வேண்டும். சம்பளம் சொற்பம்தான். ஆனால், கிடைக்கும் ஆர்டர்களுக்கு ஏற்ப கமிஷன் உண்டு.

நகைகளை அடகு வைத்துக் கொஞ்சம் கொஞ்சமாக மீட்டுத் தந்து விடுகிறேன் என்று சத்தியம் செய்தார் சந்துரு. பத்மா சம்மதித்தாள். கழுத்தில் மஞ்சள் கயிறு மட்டுமே தொங்கியது. அடுத்து வந்த உறவினர் திருமணம் ஒன்றின்போது மாமியார் பத்மாவிடம் ஒரு கவரிங் செயினையும், இரண்டு கனமான கவரிங் வளையல்களையும் தந்தாள்.

“கல்யாணத்துக்குப் போட்டுக்கோ. நாலு உறவுக்காரங்க வர்ற இடம்.”

“வேணாம் அத்த... நான் இப்படியே வர்றேன்.”

“பைத்தியமா உனக்கு? பாக்கறவங்க என்ன நினைப்பாங்க? நீ வெறுங்கழுத்தா வந்தா நாங்க உன் நகையைப் பிடுங்கிச் சாப்பிட்டோம்னுதானே பேசுவாங்க? அதோட நகை நட்டுன்னு இருந்தாத்தானே நமக்கும் பொது இடத்துல மரியாதை!”

“அப்படி மரியாதை எனக்குக் கிடைக்கணும்னா உங்க மகன் எனக்கு நகைகளை மீட்டுத் தரட்டும். இந்த கவரிங் மரியாதை எல்லாம் எனக்கு வேணாம். அப்படி உங்களுக்குக் கஷ்டமா இருந்தா நான் கல்யாணத்துக்கு வரல, அத்த.”

அன்று அந்தத் திருமணத்துக்கு பத்மா போகவில்லை. அவளுக்கு உடல்நிலை சரி இல்லை என்று காரணம் கூறப்பட்டது. அதற்கடுத்தும் பத்மா எந்தப் போலி நகையும் அணியவில்லை. சந்துரு கூட ஓரிரு முறை சொல்லிப் பார்த்தார்.

“நான் கண்டிப்பா மீட்டுத் தர்றேன். ஆனா அதுக்குக் காலமெடுக்கும். அதுவரை இப்படிக் கழுத்துல ஒண்ணுமில்லாம இருக்கணுமா, பத்மா?”

“ஏன் தாலி இருக்கே! அது போதும். இந்தக் கழுத்தப் பாக்கறப்போ எல்லாம் உங்களுக்கு நகையை மீட்கணும்கற எண்ணம் வரணும். அது எத்தனை வருசமானாலும் ஆகட்டும்.”

இரவில் கூடும்போது சந்துருவுக்கு அந்த மஞ்சள் கயிறு கடும் குற்ற உணர்வைத் தரும். ஆசை தீர்ந்த பின் உறங்க இயலாமல் விட்டம் பார்த்துக் கிடப்பார்.

அவரது சிறிய சம்பளம் அந்தக் கூட்டுக் குடும்பத்தின் செலவுகளுக்கே சரியாய்ப் போனது. அடகு வைத்த நகைகளுக்கு வட்டி கூட சரிவரக் கட்ட முடியாமல் ஒவ்வொரு நகையாக மூழ்கத் தொடங்கியது. அவரது அம்மா, “டேய் சந்துரு ஏதாவது நகைச் சீட்டு போடுடா. பத்மாவுக்கு மொதல்ல ஒரு தங்கச் சங்கிலி வாங்கிடணும்” என்று சொன்னார். போட்டார். ஆனால் வந்த சம்பளத்தில் நகைச் சீட்டுகளைத் தொடர்ந்து கட்ட முடியாமல் ஒன்றிரண்டு மாதங்களில் நிறுத்தியதுதான் வருடா வருடம் நடந்தது. இடையே சஞ்சனா பிறந்த மகிழ்ச்சியில் நகை விஷயமெல்லாம் பெரிதாய்ப் பேசப்படாமல் போனது.

அதன்பின் அவரது தாய், தந்தை மறைந்து கால ஓட்டத்தில் பத்மாவின் இயல்பே அதுதான் என்று ஊர் உலகிற்கே பழகி, “அவ அப்படிதான், நகைலாம் போட்டுக்க மாட்டா” என்று அதைச் சகஜமாக்கி இருந்தது சுற்றம். ஆனால், பத்மா அதை அப்படி இயல்பாகவெல்லாம் எடுக்கவில்லை என்பது சந்துருவுக்குத் தெரியும். அவள் மன நெருப்பின் வெம்மை தாளாமல் உருகிக் கொண்டே இருந்தன அந்தப் பத்து சவரனும்.

கலவியின் உக்கிரப் பொழுதுகளில் மஞ்சள் தாலிக் கயிற்றின் மேல் படர்ந்திருக்கும் கணவனைக் கண்டு, “செயினா இருந்தாக் குத்தும். இது வெறும் கயிறுதானே! உனக்குக் கொஞ்சம் கூட உறுத்தாதுல்ல?” என்று கேட்பாள். சட்டென அணைந்து நகர்ந்து விடுவார்.

நாட்கள் செல்லச் செல்ல பத்மாவிடம் நெருங்கவே பயந்தார் சந்துரு. படுக்கையும் புணர்ச்சியும் பத்மாவின் விருப்பத்தின் பேரில் மட்டுமே அரங்கேறும் நிலை வந்தது.

எந்தச் சண்டை எனினும் முடிவில் “நகையை வாங்கித் தின்னவன்தானே நீ!” என்ற ஒரு கேள்வி போதும். சந்துரு அடங்கி விடுவார். சண்டைகளை முடிக்க அம்மா நகைகளை ஆயுதம் ஆக்கிவிட்டாளோ என்று வளர வளர சஞ்சனாவுக்குத் தோன்ற ஆரம்பித்தது.

அப்பாவிடம் மட்டுமில்லை; அவளிடமும் தலை கோதும், சோறூட்டும், படிப்பு சொல்லித் தரும்போது கனியும் தாய்... நகை பற்றிய பேச்சு வந்தால் மாற்றாந்தாய் போல மாறிவிடுவதைக்

கவனித்திருக்கிறாள். ஒருமுறை "பசிக்கிறது" என்று கேட்டபோது, "இங்க நான் மூளியா நிக்கறேன். உனக்கு சோறு ஒரு கேடா? கொட்டிக்க போ" என்று கத்தியிருக்கிறாள்.

அவள் கொஞ்சம் சிரித்தபடி இருக்கையில் நிதானமாக சஞ்சனா சொல்வாள்:

"அம்மா இப்போல்லாம் கேரண்டியோட கோல்ட் கவரிங் நகை இருக்கும்மா. தங்கம் மாதிரியே மின்னும். ஆறு மாசம் நிறம் மாறாது. அப்பறம் கூட நாம திரும்ப பாலிஷ் பண்ணிக்கலாம். நீ சொல்லு. என்கிட்ட கூட ஸ்கூல்ல போட்ட சேவிங்ஸ் இருக்கு. ஒரு செயின் வாங்கித் தர்றேன். போட்டுக்கோயேன், ப்ளீஸ்..."

"அது தங்கம் மாதிரிதான் சஞ்சு. தங்கம் கிடையாது."

"அதில்லம்மா..."

"உங்கப்பன் என்னிக்கு எனக்கு ஒரு சங்கிலியை வாங்கிப் போடறானோ அப்போ போட்டுக்கறேன், போதும்."

அதற்கு மேல் சஞ்சனா எதுவும் பேசவில்லை. அவளுக்குத் தெரியும் - பேச்சு நீடித்தால் அப்பா படுகேவலமாகப் பேசப்படுவார்; நிலைமை கொடூரமாய் மாறிவிடும்.

ஒருமுறை உறவுக்காரக் கிழவி ஒருத்தி வீடு வந்து மூக்குப் பிடிக்கத் தின்றுவிட்டு சஞ்சனாவிடம் "உங்கப்பன் உங்கம்மாவை நகை நட்டு இல்லாம பழக்கினபடியே உன்னையும் வளர்த்திடப் போறான். பாத்துக்கோ" என்று நீட்டி முழக்கிவிட்டுப் போன நாளில் சந்துரு தன்னிலை இழந்து பத்மாவைப் பார்த்துக் கத்தினார்.

"உனக்கு ஒரு டூப்ளிகேட் செயின் போட்டுக்கிட்டா என்ன கேடு? இப்படி ஊர் முழுக்க என்னைய கேவலப்படுத்தறதுதான் உன் எண்ணமே. எப்போ பாரு நகை நகைனு நச்சரிப்பு. அன்னைக்குக் கழட்டிக் குடுத்து தினம் இப்படிச் சொல்லிக்காட்டறதுக்கு நீ அன்னிக்குத் தராமல் இருந்துருந்தா எல்லாரும் நிம்மதியாச் செத்துப்போயிருப்போம்."

"அடி செருப்பால. இதைச் சொல்ல உனக்குக் கூசல? நகையைக் கழட்டித் தந்தப்போ கால்ல விழுந்து கதறிக் கையெடுத்துக் கும்பிட்ட வாய்தானே இப்போ இப்படிப் பேசுது? அடுத்த

மாசம் மீட்டுத் தர்றேன், மூணு மாசத்துல மீட்ருவேன், இந்தா ஒரு வருஷத்துல புடுங்கிருவேன், நட்டமா நிறுத்துருவேன்னு பசப்பிப் பசப்பி, இப்போ புள்ள வயசுக்கு வந்து நிக்குது. ஒரு பொட்டுத் தங்கமில்ல. இப்படி ஆம்பள வக்கில்லாமக் கிடந்தா போறவன் வாறவன் எல்லாம் பேசத்தான் செய்வான். நீ பட்ட கடனுக்குக் குடும்பமே சாகணும்னு மருந்து வாங்கிட்டு வந்து நின்ன தொடைநடுங்கிப் பயதானே நீ?"

"ஐயோ கடவுளே! என்னைக் கொண்டு போயிறேன்" எனத் தலையில் இரு கைகளையும் வைத்துக்கொண்டு குந்தி அமர்ந்து விட்டார் சந்துரு. சற்று நேரம் பொங்கிவிட்டு அம்மா அமைதி அடைந்தாள். சஞ்சனா அப்போது நினைத்தாள்: 'சம்பாதிக்க ஆரம்பிச்சா முதல் செலவு - சேர்த்து வெச்சு அம்மாவுக்கு ஒரு நகை வாங்கறதாத்தான் இருக்கணும்.'

அப்பாவைப் பார்க்க எப்போதும் சஞ்சனாவுக்குப் பாவமாகத்தான் இருக்கும். வகுப்பில் சுமாராகப் படிப்பவனை ஆசிரியை திட்டும்போது ஏற்படும் பரிதாபம், அப்பாவின் மீதும் அவளுக்கு உண்டு. எல்லாருக்கும் எல்லாமும் வந்துவிடுகிறதா? தனக்கு படிப்பு வருகிறது, ஆனால் எந்த விளையாட்டிலும் தான் ஒரு பூஜ்யம்தான். அதுபோல சில மாணவர்கள் படிப்பில் சத்தில்லாமல் இருப்பர், வேறு எதிலாவது திறமை இருக்கும். அதற்காக அவர்களை வாழவே தகுதி இல்லாதது போல் எரிந்து விழும் டீச்சர்களைக் கண்டிருக்கிறாள். அதுபோல்தான் அப்பாவிடம் அம்மா நடந்து கொள்கிறாள்.

சந்துருவுக்குச் சம்பாதிக்கச் சாமர்த்தியம் குறைவுதான். கவர்ச்சிகரப் பேச்சோ, ஆட்களை வசியப்படுத்தும் வண்ணம் ஈர்க்கும் வித்தையோ அறியாதவர். எனவே கமிஷன் தொகை வருவது மிகக் குறைவே. சம்பளம் மிகச் சொற்பமாகவே ஏறிவந்தது. இத்தனை ஆண்டுகளாய் வேறு வேலைக்கும் பெரிதாய் முயற்சி செய்யவில்லை. செய்த முயற்சிகளும் பலன் தரவில்லை. தெரியாத கடவுளை விடத் தெரிந்த சாத்தானே மேல் என்ற நிலையில் இந்த வேலையிலேயே நிலைபெற்றுவிட்டார். அப்பா என்ன வைத்துக் கொண்டா வஞ்சகம் செய்கிறார்! அவர் சம்பாதிப்பது கூடவோ குறைவோ அதை அம்மாவிடம்தான் தருகிறார். எங்களுக்காகத்தான்

உழைக்கிறார். இதெல்லாம் இந்தப் பதினான்கு வயதில் தனக்கே புரியும்போது அம்மாவுக்குப் புரியாமலா இருக்கும்!

ஆனால் அம்மா இயல்பில் கொடுமையானவளும் இல்லை. அப்பாவுக்கு உடல்நிலை முடியாத நாட்களில் இரவெல்லாம் தூங்காமல் விழித்திருந்து கண்ணைப் போல் பார்த்திருக்கிறாள். அவருக்கு ஒருமுறை அம்மை போட்ட போது அம்மனுக்கு வேண்டி முட்டி போட்டே கோவிலை வலம் வந்து ரத்தம் வழிய வீடு வந்தாள். அப்பாவின் பிறந்த நாள், அவர்கள் மண நாள் எல்லாவற்றையும் மகிழ்ச்சியாகத்தான் கொண்டாடுகிறாள்.

நகை சமாச்சாரம் நினைவு வந்துவிட்டால் மட்டும் போதும், காளியாகிவிடுகிறாள்.

சண்டை நடந்து ஒரு வாரம் முடிந்திருந்தது. வீடு சகஜ நிலைக்குத் திரும்பி இருந்தது. சஞ்சனா வீட்டுப் பாடம் எழுதிக் கொண்டிருந்தாள். பத்தாம் வகுப்பு. படிக்கவும், எழுதவும் நிறைய இருக்கின்றன. மும்முரமாக எழுதிக்கொண்டிருக்கையில் சந்துரு அழைத்தார்.

“சஞ்சுமா... இங்க வாடா.”

“என்னப்பா. நிறைய எழுத இருக்கு. சீக்கிரம் சொல்லு.”

வீட்டிற்குள் எட்டிப் பார்த்தார். பத்மா பாத்திரம் கழுவிக் கொண்டிருந்தாள். குழாயில் நீர் விழும் சப்தத்தில்தான் முன்னறையில் பேசுவது கேட்காது என்பதை உறுதிப்படுத்திக் கொண்டு சஞ்சனாவிடம் கிசுகிசுப்பாய்க் கூறினார்.

“அம்மாவுக்கு ஒரு செயின் வாங்கலாம்னு இருக்கேன்டா.”

சஞ்சனா விழிகளை விரித்தாள் - “தங்கமா? உங்கிட்ட ஏதுப்பா காசு?”

“அப்பா முதலாளிகிட்ட சொல்லி பிஎஃப் பணத்துல இருந்து அட்வான்ஸ் கேட்டு எழுதிக் குடுத்திருந்தேன்டா. இத்தனை வருசமா பிடிச்சதுல இப்போதான் சொல்லிக்கறாப்ல தொகை ஆகி இருக்கு. போன வாரம் அம்மா பேசினது எனக்குத் தாங்கவே முடியலடா. அந்தச் சமயத்தில் எனக்கும் கோவம் வந்தாலும் யோசிச்சுப் பாத்தா அப்போ எங்களுக்குக் கல்யாணம் ஆகி

ரெண்டு வருஷம்தான் ஆகி இருந்துச்சு. அந்தத் தாலிக் கொடி தவிர மத்த நகைகளை அவ ஒழுங்காப் போட்டுப் பார்த்து உபயோகம் கூட பண்ணல. புது மெருகு கலையாம எடுத்துக் கொடுத்தா. என்னாலதான் வாக்கைக் காப்பாத்த முடியல."

"..."

"இப்போ என்னால பத்து பவுனுக்கெல்லாம் செய்ய முடியாது. ஆனா தங்கம் தவிர வேற செயினே போட மாட்டேன்னு இருக்கறவளுக்கு ஒரு மெல்லிசு சங்கிலியாவது வாங்கித் தந்துரலாம்னு. எனக்கும் குற்ற உணர்ச்சியிலிருந்து கொஞ்சம் விடுதலை கிடைக்கும்."

"சரிப்பா செய்யலாம். வீட்ல சண்டைகள் குறையும்கறதே எனக்கு நிம்மதியா இருக்கு."

"இப்போ அக்கௌண்ட்ல பணம் போட்டுட்டாங்க. நாம போய் வாங்கிட்டு வந்துடலாமா? அம்மாக்குச் சொல்ல வேண்டாம். உனக்கு ஏதாவது ஸ்கூல் சம்பந்தமா வாங்கணும்னு சொல்லிட்டுப் போவோம். சர்ப்ரைஸா இருக்கட்டும்." - குழந்தை போல் சொன்னார்.

அவளுக்கு வேலை நிறைய இருந்தாலும் அம்மாவுக்கு நகை வாங்கும் ஆர்வம் உந்தியது. "சரிப்பா. சீக்கிரம் வந்துடணும் ஆனா" என்ற வலுவில்லாத உத்தரவோடு கிளம்பினாள்.

"அம்மா, ரெகார்ட் நோட் வாங்கணும். அப்பா கூட வண்டில போயிட்டு வந்துடறேன்."

கூவி விட்டுக் கிளம்பினாள். நகைக் கடையில் இரண்டு சவரனுக்கு வீட்டில் தினப்படி உபயோகத்திற்குப் போடும்படி வடிவமைப்பில் சொல்லி ஒரு சங்கிலி தேர்ந்தனர். இதெல்லாம் பார்த்து வாங்க சந்துருவுக்குச் சாமர்த்தியம் போதாது என்பதால்தான் சஞ்சனாவைக் கூட்டிக்கொண்டு வந்தார். அவள் பார்த்துப் பார்த்துத் தேர்வு செய்தாள். அம்மாவின் கழுத்தில் அந்தச் சங்கிலி மின்னும் காட்சியின் கற்பனையே பூரிப்பாய் இருந்தது. மகிழ்வும் பெருமையுமாக அப்பாவும் மகளும் நகையுடன் வீடு வந்தனர். "அம்மாவக் கூப்டு" என்று கொஞ்சம் கவுரவமாக நின்றார் சந்துரு.

"அம்மா... அம்மா... இங்க வாயேன்."

“என்னடி இப்போ அம்மாவுக்கு வச்சிருக்க?” - சலிப்பாய்ச் சிரித்தபடி வந்தாள்.

“கண்ணை மூடு... கண்ண மூடேன்.”

பத்மா கண் மூடி நின்றாள். “டொட்டடொய்ங்... இப்போ கண்ணத் திற...”

சஞ்சனா சொன்னதும் அம்மா கண்ணைத் திறந்தாள். அப்பா கையில் தங்கச் சங்கிலியை அவளுக்கு மாலையாய் அணிவிப்பது போல் பிடித்து நின்றார்.

அம்மா ஒரு நொடி பெரிதாய் அதிர்ந்தது தெரிந்தது. அப்பா சங்கிலியை அவள் கழுத்தில் அணிவிக்க முயன்றார். அம்மா தலையை பின்னுக்கிழுத்து சட்டெனக் கைகளில் வாங்கிக் கொண்டாள்.

சங்கிலியை உற்றுப் பார்த்தாள்.

“இதென்ன அரப் பவுனா? இவ்ளோ மெல்லிசா இருக்கு? நான் போட்டிருந்த கொடி அஞ்சு பவுன். மறந்துருச்சா? இருக்காதே! தாலிக் கொடி பொதுவா மாப்பிள்ளை வீட்லதான் செய்வாங்க. மாப்பிள்ளைக்குச் சொந்தத் தொழில், அதனால வண்டி வாங்கித் தரணும்னு உங்கம்மா கேட்டு அது அப்ப சூழல்ல முடியாதுனு எங்கப்பா சொன்னதுக்கு, அப்படினா தாலி மட்டும் நாங்க செய்யறோம், தாலிக் கொடியை நீங்க போட்ருங்கனு உங்கம்மா சொன்னாங்க. கல்யாணத்தப்போ எங்கப்பா மூணு பவுனுக்குக் கொடி போட்டாரு. உங்க அம்மா அவரைக் கூப்பிட்டு என்ன சொன்னாங்க? என்னென்ன சொன்னாங்க?”

அம்மா விழிகளை உருட்டி அப்பாவை நோக்கி உறுமினாள். அப்பா மிரண்டுபோய் அமைதியாய் நின்றிருந்தார்.

“நீ பேச மாட்டய்யா. உங்காத்தா ‘தாலி பிரிச்சுக் கோக்கறதுக்குள்ள அஞ்சு பவுனுக்கு ரெடி பண்ணியே ஆகணும், இல்லைனா ரெடி ஆகறவரை புள்ளைய உங்க வீட்ல வச்சுக்கோங்க’னு அசிங்கப்படுத்தினாங்களே! அப்போவும் நீ பக்கத்துலதானே கல்லு மாதிரி உக்காந்திருந்த... இதே மாதிரி பேசாம! அப்படி ஊமைக்கோட்டானாட்டம் இருந்து பேராசை பிடிச்சு வாங்கின

கொடி அஞ்சு பவுனுன்றது கண்டிப்பா மறந்துருக்காதே!" ஊமைக்கோட்டான் என்ற சொல்லின்போது முகத்திற்கு நேராய் விரல் நீட்டிக் கொடூரமாய்ச் சுட்டினாள். விரலா அல்லது சூலமா என்று சந்தேகம் வருமளவு அவளது முகம் பத்ரகாளியாய்க் காட்சி அளித்தது.

அப்பா சகலமும் நொறுங்கிப் போனார். அம்மாவின் கண்களில் ரௌத்திரம் பெருகி இருந்தது.

"தாலி பிரிச்சுக் கோக்கறதுக்குள்ள எங்கப்பாவுக்கு கேன்சர்னு உறுதி ஆச்சு. எங்கம்மா அதை வந்து சொன்னப்போவும் உங்க வீட்ல யாரும் மனம் இரங்கலை. கேன்சர்லாம் குணமாகாது. வீணாப் பணத்த அதுக்குச் செலவு பண்ணாதீங்கன்னு உங்கம்மா இரக்கமே இல்லாம சொன்னப்பவும் நீ பேசல. அந்த நிலைலயும் எங்கம்மா தன் கழுத்தில் கிடந்த தாலிச் செயினை எடுத்துப் போட்டு எனக்குப் புதுக் கொடி செஞ்சு குடுத்தாங்க. அப்போ இதெல்லாம் வேண்டாம் வைத்தியம் பாருங்கன்னு ஒரு வார்த்த சொல்ல உனக்குப் பேச்சு வந்துச்சா? இல்லையே! கடைசிவரை எங்கம்மாக்கு சங்கிலி போட்டுக்க வாய்க்கலை. எங்கப்பாவும் செத்துட்டாரு. அப்படி கஷ்டப்பட்டவங்ககிட்ட பிடுங்கின அஞ்சு பவுன் உனக்குக் கண்டிப்பா மறந்துருக்காது. அந்தக் கனமான செயினுக்குப் பதிலா இந்த நூல் செயினக் கொண்டு வந்து நீட்டறியே, உனக்குக் கொஞ்சங்கூட வெக்கமா இல்லையா?"

அம்மா முகம் விகாரமாக மாறி இருந்தது. சஞ்சனா உற்றுப் பார்த்தாள். உண்மையில் அதில் நகைக்கான ஆசை எதுவும் இல்லை. இது வேறேதோ உணர்வை வீசுகிறது.

அப்பாவைப் பார்த்தாள் சஞ்சனா. அத்தனை நேரம் அவர் முகத்தில் இருந்த பெருமிதம் மொத்தமும் கரைந்து அச்சத்திலும் துக்கத்திலும் நின்றிருந்தார். அவர் பேச்சற்றுப் போனதைப் பார்த்த பின் அம்மாவின் முகம் சற்று அமைதி ஆனது போல் தோன்றியது.

பத்மா அந்தச் சங்கிலியை எடுத்து சஞ்சனா கழுத்தில் போட்டாள். "நீ இதக் கழுத்தோட போட்டுக்கோ. உனக்காக உங்கப்பா வாங்கின மொதத் தங்கம் இதுதான். வெளிய போறப்பல்லாம் பத்திரம்" என்று விட்டு விளக்கேற்ற பூஜை அறைக்குள் நுழைந்தாள்.

சஞ்சனா அப்பாவைப் பரிதாபமாகப் பார்த்தாள்.

“முதலாளிகிட்ட இன்னும் கொஞ்சம் பணம் கேட்டுப் பெரிய செயின் வாங்கலாமாப்பா?”

அப்பா மறுப்பாய் தலை அசைத்தார். “நான் பத்துப் பவுன்ல சங்கிலி செஞ்சு போட்டாலும் இனி இந்த ஜென்மத்துல உங்கம்மா போட்டுக்க மாட்டா. நான் கையாலாகாதவன்னு சொல்லிக் காட்டி சொல்லிக் காட்டி என்னை வாழ்க்கை முழுக்கக் குத்துவா.”

“ஏன்பா அப்படி?”

“அவளுக்குத் தேவை தங்கச் சங்கிலி இல்லை. அவகிட்ட பட்ட கடனை அடைக்க முடியாம இப்படித் தினம் நான் அவமானப்பட்டுக்கிட்டே இருக்கறதப் பார்க்கும் இன்பம்தான். ஆம்பள பழிதீர்க்கக் கத்தி சுழட்டுவான். பொம்பளைக்கு நாக்கைச் சுழட்டறதுதான் பழிதீர்க்க ஒரே வழி. அதான் உங்கம்மாவும் செய்யறா...”

அந்த இரண்டு சவரன் சங்கிலி சஞ்சனா கழுத்தில் எடைக்கு மீறிக் கனத்தது.

(உதிரிகள் சிற்றிதழ் நடத்திய உலகளாவிய சிறுகதைப் போட்டி 2023-ல் மூன்றாம் பரிசு பெற்ற சிறுகதை. சிறுகதைச் சிறப்பிதழாக வந்த உதிரிகள் இதழ் - 3ல் வெளியானது.)

★★★

4. கங்கு

ரிஷிமுக பர்வதத்தில் இதமான காற்று ஒத்திசைந்து வீசியது. ஒரு பெருவிருட்சத்தின் அடியில் அமர்ந்து ராமன், லட்சுமணன், சுக்ரீவன் ஆலோசித்துக்கொண்டிருந்தனர்.

"சுக்ரீவா, நீ செய்ய வேண்டியதெல்லாம் வாலியை உன்னுடன் நேருக்கு நேராக யுத்தம் புரிய அழைக்க வேண்டியதுதான். முடிவு என் கையில்." - ராமன் தீர்க்கமாய்க் கூறினான்.

"ராமா, நீ அறியாததா? வாலியை நேரிட்டு மோதிச் சண்டையிட்டால் என் பலத்தில் பாதி போய்விடும். நான் நிச்சயம் வெல்ல முடியாது." - சுக்ரீவன் பேச்சில் பதற்றம் இருந்தது.

"அதை நான் பார்த்துக் கொள்கிறேன். நீ அவனைச் சண்டைக்கு அழை. அது போதும்."

"ஏழு மராமரங்களை ஒற்றை அம்பால் துளைத்து வீழ்த்திய உனது வில் வீச்சைக் கண்ட பின், எவராலும் தூக்கவும் இயலாத சிவதனுசை நாண்பூட்டி உடைத்த உன் மாபலத்தைக் கேட்ட பின் என் தயக்கம் அர்த்தமற்றது. நான் வாலியைச் சண்டைக்கு அழைக்கிறேன்."

"மதங்க முனிவரின் சாபத்தால் சாவு பயத்தில் ரிஷிமுக மலைக்குள் வாலி வர மாட்டான். எனவே இதற்கு வெளியேதான் சண்டைக் களம் தேர்ந்தெடுக்க வேண்டும், சுக்ரீவா!"

சுக்ரீவன் அதைக் கேட்டுத் துணுக்குற்றான். வாலிக்கு அஞ்சி அவன் வர முடியாத இந்தக் கானகத்தில்தான் அவன் ஒளிந்து வாழ்கிறான். கிட்டத்தட்ட அகதி வாழ்வு. நான் ஆண்ட நிலத்தை மீட்க வேண்டும். எனக்குரிய பெண்ணுடலைத் திரும்ப அடைய வேண்டும். மனதில் கறுவியபடி இருவரிடமும் விடை பெற்று எழுந்து சென்று விட்டான் சுக்ரீவன்.

அவன் போவதையே பார்த்துக்கொண்டிருந்த லட்சுமணன் ராமனிடம் கேட்டான்.

"அண்ணா, எனக்கு சுக்ரீவனின் நேர்மை குறித்து ஒரு சந்தேகம் உறுத்துகிறது."

"சொல்."

"பழைய கதைதான். வாலிக்கும் மாய அசுரனுக்கும் குகைக்குள் நடந்த பல்லாண்டு போரில் வாலி இறந்துவிட்டதாகத் தவறாக முடிவுகட்டி அரக்கனை அடைப்பதாக எண்ணி வாலியை அந்தக் குகைக்குள் வைத்து அடைத்து வந்திருக்கிறான் சுக்ரீவன்."

"ஆம்."

"எவருடன் எதிர்நின்று போரிட்டாலும் அவர்களின் பலத்தில் பாதி வாலிக்கு வந்து விடும் என்பது அவன் வாங்கிய வரம். அது நன்கு தெரிந்த பின்பும் போரில் வாலி தோற்றதாக நிஜமாகவே சுக்ரீவன் கருதி இருப்பானா? வாலி அதை நம்பவில்லை. சுக்ரீவன் உள்நோக்கோடு அரியணைக்கு ஆசைப்பட்டு இதைச் செய்ததாகக் குற்றம் சாட்டுகிறான்."

"ம்ம்ம்."

"அதற்கு வாய்ப்பு இருக்கிறதுதானே? எனில் நாம் சுக்ரீவன் பக்கம் நிற்பது தவறாகிவிடும். அறம் தவறிய ஒருவனை நாம் ஆதரிப்பது பிறழ்வாகிவிடுமே, அண்ணா?"

ராமன் மறுப்பாய்த் தலையசைத்தான். "நான் சிந்திக்காமல் முடிவெடுப்பேனா?"

"ம்."

"வாலியின் அமைச்சர்களும், கிஷ்கிந்தையின் முக்கியஸ்தர்களும் கூட அதையேதான் கூறுகிறார்கள். அதற்குப் பின் பதவி ஏற்க சுக்ரீவன் தயங்கி இருக்கிறான். அவர்கள் எல்லோரும் கட்டாயப்படுத்தித்தான் சுக்ரீவன் அரசனாகச் சம்மதித்து இருக்கிறான். ஆனால், வாலியின் தவறான புரிதலில், குகையில் இருந்து வெளிவந்ததும் சுக்ரீவனை அடித்து விரட்டி இருக்கிறான். சுக்ரீவனின் மனைவி ரூமாவையும் அபகரித்திருக்கிறான்."

லட்சுமணன் மெல்லிய வேதனை முறுவல் பூத்தான். "இங்கே அண்ணன் - தம்பிகள் அடித்துக்கொள்கிறார்கள். விரோதத்தில்

அல்லது ஆசையில். ஆனால் அங்கே பரதன் உங்கள் பாதணிகளைச் சிம்மாசனத்தில் இருத்தி வைத்து ஆட்சி புரிகிறான். பாசமும் மரியாதையும் எல்லாச் சகோதரர்களிடமும் ஒன்றுபோலவே இருப்பதில்லை அல்லவா!"

"அரியணை என்பது நிஜத்தில் ஆலகால விடம், லட்சுமணா. ருசியுள்ள, போதையூட்டும் விடம். அதனாலேயே அதன் விளைவை விடத் தற்காலிகச் சுவை அனைவரையும் ஆட்டிப் படைக்கிறது. நம் விஷயத்தில் நம்மையன்றி நம் தாய் கைகேயியை பலியாக்கிவிட்டது."

"நாம் மாற்றாந்தாய் பிள்ளைகளாய் இருப்பினும் இத்தனை பாசத்துடன் இருக்கிறோம். இவர்கள் ஒரே தாய் வயிற்றில் பிறந்து விட்டு இப்படி அடித்துக்கொள்கிறார்கள்."

ராமன் புன்னகை செய்தான். "இவர்கள் மாற்றாந்தகப்பன் பிள்ளைகள். வாலியின் தந்தை இந்திரன், சுக்ரீவனின் தந்தை சூரியன். தாய் மட்டுமே ஒன்று. இதன் அரசியல் வேறு மாதிரியானது. அதனால்தான் இவர்கள் வேறு சிடுக்கில் சிக்கிக் கொண்டனர்."

★

சுக்ரீவன், வாலியை வம்பாய் யுத்தத்துக்கு அழைத்தான். அவன் எப்போது ரிஷிமுக மலை நீங்கி வருவான் என்று காத்திருந்த வாலி வெகுண்டெழுந்தான். கதை யுத்த அழைப்பை ஏற்றுக் கொண்டான். சுக்ரீவனை அழித்து வருகிறேன் என்று சினத்துடன் கிளம்பினான்.

"பொறுங்கள். இத்தனை காலமும் உங்களுக்கு அஞ்சி நீங்கள் செல்ல முடியாத ரிஷிமுக மலையில் ஒளிந்திருந்தவர் திடீரென வெளிவந்து உங்களைச் சண்டைக்கு அழைப்பது உறுத்தவில்லையா? இதில் ஏதோ சூது இருக்கிறது. சற்றே சிந்தியுங்கள்! என்னவோ அபசகுனமாகப்படுகிறது எனக்கு." - வாலியின் மனைவி தாரா அவனைத் தடுத்தாள்.

"எத்தனை பெரிய சூழ்ச்சியும் எத்தனை கொடூரச் சூதும் இருக்கட்டும், தாரா. எனது பலத்தின் முன் எதுவும் தவிடுபொடியாகும். உனக்கு என் மீது நம்பிக்கை இல்லையா?"

"உங்கள் பலம் உலகறிந்ததுதான். ஆனால் சதி வேலைக்கு முன் பலங்கள் நொறுங்கிப் போகும். நேரிட்டு நூறு வாரணங்கள் வரினும் வென்று விட முடியும் உங்களால். ஆனால் குள்ளநரி முதுகில் குத்துவதை நீங்கள் அறியாமல் இருந்துவிட்டால் என்ன செய்வது என்ற அச்சம்தான். உங்களுக்கு சுக்ரீவனின் திடீர் வீரம் மீது சந்தேகம் வரவில்லையா?"

"அதையும் நான் எதிர்கொண்டு விடுவேன். நீ கலங்காதிரு. ரூமாவைப் பார்த்துக்கொள்."

வாலி யுத்தத்திற்குக் கிளம்பினான். தாரா கவலையாகப் பார்த்துக் கொண்டிருந்தாள்.

★

ஒரு மரச் சிற்பத்தைச் செதுக்கி அம்பெய்து பயிற்சி செய்து கொண்டிருந்த ராமனிடம் வந்தான் லட்சுமணன் "உங்களுக்கு எதற்கு பயிற்சி? உங்கள் குறி தவறவா போகிறது?"

"நேரிட்டு அம்பெய்தால் எத்தனை தொலைவிலும் சரியாய்க் குறி பார்ப்பது எனக்குச் சுலபம்தான். மறைந்திருந்து தாக்கும்போது இலக்கு மாறிவிடலாகாது. அது மட்டுமின்றி மறைந்திருந்து தாக்குவது ராமனின் வரலாற்றில் புதிது" - விரக்தியாய் புன்னகைத்தான்.

"அண்ணா, இது உங்கள் காதையில் வித்தியாசமானது மட்டுமல்ல. இழுக்காகவும் தங்கிவிடக் கூடும். வெள்ளாடையில் விழும் ஒரு துளி தூமை போல் பளிச்சென அனைவர் கண்களுக்கும் காலம் முழுக்க உறுத்தும். வெறுப்பவர்கள் தூற்றத் துணையாகும்."

ராமன் ஒரு கணம் நிதானமானான். கண்மூடிச் சிந்தித்துச் சொன்னான். "எனது இந்தச் செயல் சுக்ரீவனுக்கு மகுடம் கிட்டுவதற்காக அல்ல; மனைவி கிட்டுவதற்காக. ரூமாவை வாலியிடமிருந்து மீட்டுத் தருவதற்காகத்தான் இந்த யுத்தம். சீதையைப் பிரிந்து நான் படும் அதே வேதனை சுக்ரீவனுக்கும் இருக்கிறது. எனக்கு சீதை திரும்ப வேண்டும். அதற்கு சுக்ரீவனின் உதவி தேவை என்பது மட்டுமில்லாமல் ஒரு பெண்ணைக் காத்து அவள் கணவனிடம் ஒப்படைக்கும் பொறுப்பையும் ஏற்றாக வேண்டிய நிர்ப்பந்தம் இருக்கிறது. மனைவியைப் பிரிந்திருப்பதே

கொடுமை. இதில் ஒரு கயவன் கையில் மனைவி பிடிபட்டிருக்கும் கொடூரம் எத்தகையதாய் இருக்கும் என்பது விளங்குகிறதா?”

“...”

“அவள் உண்டாளா? உறங்கினாளா? அவளை யாரேனும் துன்புறுத்துகின்றனரா? என்று சதாசர்வகாலமும் மனதில் எழும் பதற்றமும், அமைதி இன்மையும் எவ்வாறு குரூரமாக இருக்கும் என்பதை இந்நாட்களில் நான் உணர்கிறேன், லட்சுமணா. அந்த வலி தெரிந்த பின்னும் உதவாது கடக்க இயலுமா? வாலியுடன் மோதி என் பாதி பலம் இழந்து ஒரு நல்ல நோக்கத்தை சிதைக்க விரும்பவில்லை. ஒரு நல்ல விளைவுக்காக ஒரு சதியை இங்கே செய்தாகத்தான் வேண்டும். அதனால் என் வரலாறு கறைபடுமெனில் அது நிகழட்டும்.”

★

வாலி சுக்ரீவன் சண்டை ஆரம்பமானது. இருவரது பெயர்கள்தாம் வேறே தவிர உருவம் இரட்டையரை ஒத்திருந்தது. தொலை தூர மரத்தின் மறைவிலிருந்து ராமன் குறி வைத்து வைத்துப் பார்த்தான். எது வாலி, எது சுக்ரீவன் என்ற குழப்பம் தீரவில்லை. ஆக்ரோசமாக இருவரும் மோதிக் கொண்டனர். நேரம் கூடக் கூட வாலி முன் பலமிழந்து சோர்ந்தான் சுக்ரீவன். சோர்ந்தவனை விடுத்துக் குறிபார்த்த போதும் ராமனுக்கு குழப்பம் வந்தது. சோர்ந்ததே ஒருவேளை வாலியாக இருக்குமோ! எனில் தவறாக முடிந்து விடுமே!

நிராயுதபாணியாக ஓடி உயிர் பிழைத்து ராமன் இருக்குமிடம் வந்தான் சுக்ரீவன்.

“ராமா, நீ என்ன செய்கிறாய்? இன்னும் சற்று நேரம் இச்சண்டை நீடித்திருந்தால் நான் நிச்சயம் மாண்டிருப்பேன். நாளை சண்டையைத் தொடரலாம் என்று கூறி தப்பித்து வந்திருக்கிறேன். வாலி நினைத்திருந்தால் என்னை இப்போதே கொன்றிருப்பான். அவன் யுத்த விதிகளைப் பின்பற்றுபவன். எனவே சண்டையில் என் கதை உடைந்து போய் நான் நிராயுதபாணியாக நிற்பதைக் கண்டு என்னைக் கொல்லாமல் அனுப்பி இருக்கிறான்.”

"உனக்கும் வாலிக்குமான உருவ ஒற்றுமை என்னைக் குழப்புகிறது சுக்ரீவா. இப்படி மறைந்திருந்து தாக்கும் குற்ற உணர்வு போதாமல் ஆள் மாற்றி உன்னைக் கொன்று அந்தக் குற்ற உணர்வையும் காலம் முழுக்கச் சுமக்க வேண்டுமா? என்னால் முடியாது."

"இதற்கு என்னதான் வழி?"

கேட்டுக்கொண்டிருந்த லட்சுமணன் குறுக்கே வந்தான் "அடையாளத்தில் சிறு மாற்றம் கொண்டு வந்தால் போதும். நாளை நீ உன் அணிகலன்களில் ஏதேனும் மாறுதல் செய்."

மறுநாள் சுக்ரீவன் கழுத்தில் மலர் மாலை ஒன்றை அணிவித்தான் ராமன். சகோதரர்கள் மீண்டும் மோதிக்கொண்டனர். மறைந்திருந்து அம்பெடுத்துக் குறிபார்த்தான் ராமன்.

அப்போது ஒரு பெண் குரல் கேட்டது.

"அயோத்தி இளவரசருக்கு வந்தனம்."

திடுக்கிட்டுத் திரும்பினான். வசீகரமும் வாளிப்புமாக ஒருத்தி நின்றிருந்தாள். அங்கே ராமன் அல்லாது வேறொருவன் இருந்திருந்தால் அவள் அழகில் மயங்குவது திண்ணம்.

"யார் நீ?"

"நான் வாலியின் மனைவி. தாரா."

ராமன் தடுமாறினான். இத்தனை அழகான தாரத்தைத் தாண்டியா ஒருவன் தம்பி மனைவியைக் களவாடுவான்? ஆனால் காமத்திற்கு தர்க்கமேது! அவள் கண்களை நேர்கொண்டு காணத் தயங்கினான் ராமன். கணவனைக் கொல்வதறிந்து அவள் தடுத்து விடுவாள் என்பதை விட தான் மறைந்திருந்து தாக்குவதை எதிர் தரப்பில் ஒருவர் கண்டு விட்டது அவனுக்கு இழிவாகவும், தலைகுனிவாகவும் இருந்தது. அமைதியாக நின்றான்.

"நீங்கள் செய்வது நிச்சயம் யுத்த தர்மமில்லை. சுக்ரீவன் யுத்தத்திற்கு அழைக்கும் போதே என் கணவரை எச்சரித்தேன். அவர் கேட்கவில்லை. ஐயத்தில்தான் இங்கு வந்தேன். கண்கூடாக உங்கள் சதியைக் கண்டு விட்டேன். நேர்மைக்கும், அறத்திற்கும் பேர் கொண்ட ஸ்ரீராமர் செய்யும் செயலா இது? இது திரேதா யுகமா, கலியுகமா?"

"…"

"நீங்கள் யாதும் அறிந்தவர். சிந்தியுங்கள். நேற்றே என் கணவரால் சுக்ரீவனைக் கொன்று இருக்க இயலும். அப்படி இருந்தும் போர் தர்மத்தை மீறாமல் அவனை உயிருடன் திரும்ப அனுப்பி வைத்தார். அப்பேர்ப்பட்டவருக்கு நீங்கள் செய்வது அநீதி. அதைச் செய்தவர் இன்று சூழ்ச்சியால் மரித்தால் அதிலிருந்து இந்த உலகம் என்ன கற்றுக் கொள்ளும்? அறமின்மையே வெல்லும் என்பது நிலைத்து விடாதா? அதுதான் நீங்கள் விரும்புவதா?"

ராமன் பதற்றமானான். அதை மறைத்துச் சொன்னான். "கேள் பெண்ணே, உன் சினம் புரிகிறது. ஆனால் நடுநிலையாக நின்று பார். சுக்ரீவனின் மனைவியை உன் கணவன் அபகரித்து வைத்துள்ளான். அவளை மீட்டு அவனிடம் ஒப்படைப்பது என் கடமை. சில நற்செயல்கள் நிகழ்த்தும் நோக்கில் ஒரு சில சதிகள் இருந்தே தீரும் என்பது விதி."

"ரூமாவா? அவளிடம் இது குறித்து விசாரித்தீர்களா? ஒரு தரப்பை மட்டும் கேட்டு நீங்கள் எழுதும் தீர்ப்பு எப்படி நியாயமாகும்?"

ராமன் குழம்பினான் "இதில் விசாரிக்க என்ன இருக்கிறது? ரூமா தற்போது உங்கள் அரண்மனையில் வாலியின் அந்தப்புரத்தில். இதற்கு மேல் என்ன சாட்சி வேண்டும்?"

"வாலி மட்டுமல்ல உலகில் எல்லா ஆண்களும் சபலக்காரர்கள்தான். போலவே பெண்கள் எல்லோரும் சந்தர்ப்பவாதிகள். இதில் நீங்கள் ஒரு பக்கம் மட்டும் கேட்டு விட்டு எழுதும் தீர்ப்பு அதிலும் மறைமுக தாக்குதல் நிச்சயம் உங்கள் குணத்திற்கு அழகல்ல. நேருக்கு நேர் மோதுங்கள். அது தர்மம். இது சதி. நான் இப்போதே அவரிடம் சென்று கூறுகிறேன்."

தாரா அவ்விடம் விட்டு அகன்றாள். ராமன் கணம் குழம்பித் தெளிந்தான். 'வாலி செய்வது தவறுதான். அவனைக் கொல்வதொன்றே சுக்ரீவனுக்கான ஒரே வழி.'

ராமன் குறிவைத்தான். அம்பெய்தினான். சுக்ரீவனுடன் தீவிரச் சமரில் லயித்திருந்த வாலி அதிர்ந்தான். தாரா ஓடி வாலியை அடையும் முன்பே வாலி சரிந்திருந்தான்.

★

சுக்ரீவனின் படை உதவியுடன் பாலம் அமைத்து இலங்கையை அடைந்து ராவணனை வீழ்த்திச் சீதையை மீட்ட பின் ராமன் கிஷ்கிந்தா சென்றான். சுக்ரீவன் தடபுடலாக வரவேற்றான். ராமன் மனமாற நன்றி கூறினான். சுக்ரீவன் நெகிழ்ந்தான். - "நீ எனக்குச் செய்த உதவியை விடவா ராமா. இன்று நான் உயிருடன் இருப்பது நீ இட்ட பிச்சை."

விருந்து உபசரிப்பிற்குத் தம்பதியராக ராமனுக்கு மரியாதை செய்ய பட்டத்தரசியை உடன் அழைத்து வந்தான் சுக்ரீவன். ராமன் அதிர்ந்தான். தாரா வந்து நின்றிருந்தாள்.

ராமன் அதிர்ச்சியாய்த் தாராவைப் பார்த்தான். சுக்ரீவன் சிரித்தபடி கூறினான்.

"அரசியல் முதல் அறிவு சார் துறை எல்லாவற்றிலும் சிறப்பானவள் தாரா. வாலிக்குப் பின் அவளை மணந்து கொண்டேன். இப்போது என் பட்டத்தரசி அவள்தான்."

"எனில் ரூமா?"

"அவளும் இருக்கிறாள். அரசனுக்கு ஒரு மனைவிதான் வேண்டுமென்பது உன்னைப் போல் எங்களுக்குக் கட்டாயம் இல்லையே, ராமா!" மெல்லிய கேலியுடன் சிரித்தான்.

ராமனுக்குப் பரிமாற பட்டத்தரசியே வந்தாள். கிசுகிசுப்பாய் ராமனிடம் சொன்னாள். "ராமரே, நான் முன்பு கூறியதுதான். ஆண்கள் அனைவரும் சபலக்காரர்கள். பெண்கள் அனைவரும் சந்தர்ப்பவாதிகள். அதில் நானும் விதிவிலக்கல்ல. உங்கள் சீதையும்."

அர்த்தபூர்வமாய்ப் புன்னகை புரிந்தாள். சீதை தீக்குளிப்புக்கான நெருப்பின் ஆரம்பப் பொறி அந்தப் புன்னகையில் இருந்து தெறித்து ராமனின் மன ஆழத்தில் விழுந்தது.

சீதைக்கும் லட்சுமணனுக்கும் விருந்து பண்டங்களைப் பரிமாறிவிட்டு உள்ளே சென்ற தாரா நெடுநாட்களுக்குப் பின் நல் இனிப்பொன்றை எடுத்து வாயிலிட்டுக் கொண்டாள்.

(ஜனவரி 24, 2024 மெட்ராஸ் பேப்பர் மின்னிதழில் 'ராமர் கதைகள்' சிறப்புப் பகுதியில் வெளியானது)

★★★

5. பொருத்தம்

“வாங்க ஸார், நல்லா இருக்கீங்களா? அம்மா நல்லா இருக்காங்களா?”

அவன் வருகையை எதிர்பார்த்திருந்த என் முகம் என்னை அறியாமல் மலர்ந்தது.

“நல்லா இருக்கேன். நீ எப்படி இருக்க?”

“அப்படியே போகுது ஸார். இருங்க, புதுசா வந்திருக்கற ப்ரொஃபைல்ஸ் காட்டறேன்.”

அருகிலிருந்த அலமாரியிலிருந்து மணப்பெண்களுக்கான தடித்த கோப்பை எடுத்துக் கொடுத்தேன். அந்த அலமாரி முழுக்க அது போல பத்துக் கோப்புகளாவது இருந்தன. எல்லாம் வரன் தேடும் ஆண், பெண் சுயவிவரங்கள், ஜாதகங்கள, புகைப்படங்கள்.

“மேலாக இருக்கற பத்து அல்லது பதினோரு ப்ரொஃபைல்ஸ் மட்டும் பாருங்க. மத்ததெல்லாம் நீங்க ஏற்கனவே பாத்ததுதான். ஏதாவது ஓகேன்னா சொல்லுங்க.”

கோப்பை அவன் கையில் திணித்துவிட்டு வேலையைக் கவனிக்கத் தொடங்கினேன். புதிதாகப் பதிவு செய்திருந்த ஆண், பெண் விவரங்களைக் கணினியில் ஏற்றிக்கொண்டிருந்தேன். அதோடு ஜாதகம், படங்களை ஒளி வருடி இணைக்க வேண்டும்.

அவன் கையிலிருந்த கோப்பை மேலோட்டமாக மேய்ந்து கொண்டே ஓரக்கண்ணால் என்னைப் பார்ப்பதை உணர்ந்தேன். நான் கண்கொட்டாமல் ரசிக்கும்படி அத்தனை அழகி எல்லாம் இல்லை. என் மதிப்பீட்டில் நான் சுமாரான தோற்றம்தான்.

ஆனாலும் ஓர் ஆணின் ஆழ ஊடுருவும் பார்வையின் அர்த்தம் புரிபடாத பெண் இல்லை.

நிமிர்ந்து, "என்ன ஸார், ஏதும் ப்ரொஃபைல் பிடிச்சிருக்கா?" என்றேன். 'உன்னைத்தான் பிடிச்சுருக்கு' என்று அவன் சொல்லக்கூடும் என எண்ணிக்கொண்டேன்.

கடந்த இரு மாதங்களாகவே அவன் எங்கள் மையத்தில் தரப்படும் எந்தப் பெண்ணின் புகைப்படத்தையும் தேர்வு செய்வதில்லை. சும்மா பேருக்கு வந்து விவரங்களைப் பார்த்துவிட்டு எதுவும் பிடிக்கவில்லை என்று சென்றுவிடுவான். பின் எதற்கு நேரம் செலவழித்து, மெனக்கெட்டு வாரா வாரம் ஒரு மணி நேரம் அமர்ந்து கோப்புகளை மேய்கிறான் என யோசித்தபோதுதான் மனம் ஆர்வக்கோளாறாய் ஆலோசித்தது.

அவன் என்னைப் பார்க்கவே வருவதாக நானே முடிவுக்கு வந்து விட்டேன். அப்படிப் பரஸ்பரம் ஈர்க்கும் வண்ணமான உரையாடலோ, செயல்களோ எங்களுக்குள் எதுவும் நடந்ததில்லை. ஆனாலும் சமீபமாக அவனது பார்வையில் ஒரு செய்தி இருப்பதாய் எனக்குத் தோன்றத் தொடங்கி இருந்தது. அது மிகை கற்பனையாகவும் இருக்கலாம்.

இன்னும் சொன்னால் ஒரு மோசமான சண்டைதான் எம் முதல் சந்திப்பில் நடந்தது.

'மூன்று முடிச்சு திருமணத் தகவல் மையம்' என்ற எங்கள் அலுவலகம் ஒரு பழைய, பெரிய வீட்டில் இயங்கி வந்தது. ஊரின் ஓரமாக இருந்த எங்கள் பஞ்சாயத்துப் பகுதி கிட்டத்தட்ட கிராமம்தான். அங்கு இதுபோன்ற திருமண மையம் என்பதே இது மட்டும்தான். படித்த புதிய தலைமுறை தவிர மற்றவர்களுக்கு கணினிப் பயன்பாடு பற்றிக் கூடப் பெரிதாய்த் தெரியாது. எங்கள் முதலாளிக்கு எழுபது வயது. ஒற்றை ஆளாய்த் திருமணத் தரகு வேலையை இளமையில் ஆரம்பித்தவர், இப்போது இதை ஓர் அலுவலகமாக்கி இருபத்து ஐந்து பேர் வேலை செய்யுமளவு வளர்ந்திருக்கிறார்.

பெரிய படிப்போ, வசதியோ இல்லாத பெண்கள்தாம் இங்கு எல்லாரும். பெரும்பாலும் எட்டாவது முதல் பனிரெண்டாவது

வரை படித்தவர்கள். டிகிரி முடித்தோர் இரண்டு பேர்தான். இதில் ஐந்து பேர் திருமணமானவர்கள்; பத்தாண்டுகளாக இங்கு பணியில் உள்ளனர். எங்களுக்குப் பத்தாயிரம் சம்பளம். அவர்களுக்குப் பனிரெண்டாயிரம்.

ஏராள அறைகள் கொண்ட எங்கள் அலுவலகத்தில் ஒவ்வொரு அறை வாசலிலும் ஒரு சிறிய போர்டு மாட்டப்பட்டு இருக்கும். ஒவ்வொன்றும் ஒரு ஜாதிப் பெயர் - ஐயர், கவுண்டர், தேவர், வன்னியர், எஸ்சி / எஸ்டி, விஸ்வகர்மா, நாயுடு, நாடார், செட்டியார், கிறிஸ்தவர், முஸ்லிம், மறுமணம் என (மறுமணத்தில் பெரிய கட்டுப்பாடுகள் இராது என்பதால் அது தனி). ஒவ்வொரு அறையிலும் என் போலவே ஓர் ஊழியை. நான் ஓர் இடைநிலை ஜாதிக்கான பொறுப்பில் இருந்தேன். ஆண்ட பரம்பரைக் கதைகள் கொண்ட சாதி. அரசு அதைப் பிற்படுத்தப்பட்ட சாதி என்று வரையறுக்கிறது. (இங்கு வேலை செய்யும் பிராமணப் பெண் "அவாள்ளாம் சூத்திரர்" என்றாள் ஒரு முறை.)

எங்கள் அலுவலகத்தில் புதிதாக எவர் நுழைந்தாலும் முதலில் கேட்கப்படும் கேள்வி "என்ன காஸ்ட்டுங்க?" ஜாதியை இப்படிக் கூச்சமில்லாமல் கேட்பதும் சொல்வதும் இங்கு சகஜம் என்பது கேள்வியின் தொனியில் தெரிந்துவிடும். வரும் பதிலுக்கேற்ப அவர் செல்ல வேண்டிய அறையும் தரப்படும் மரியாதையும் தீர்மானிக்கப்படும்.

அப்படி ஆறு மாதங்களுக்கு முன் என் பிரிவுக்கு அனுப்பி வைக்கப்பட்டனர் அவனது பெற்றோர். அவன் பெயர் பிரபு. மகனின் புகைப்படத்தைச் சுற்றி மஞ்சள் குங்குமம் எல்லாம் இட்டுக்கொண்டு வந்திருந்தனர். நல்ல திருத்தமான முகம். புகைப்படத்தில் அவனுக்கு இருபத்து ஐந்து வயதுதான் சொல்ல முடியும். விவரத்தில் இருபத்தொன்பது என்றிருந்தது. பழைய புகைப்படத்தைத்தான் பெரும்பாலானவர்கள் தருகிறார்கள்.

ரியல் எஸ்டேட் தொழில். மாத வருமானம் இரண்டு லட்சம் எனக் குறிப்பிட்டிருந்தனர். அடுத்தபடியாக படிப்பு ப்ளஸ் 2 என்று இருந்ததைப் பார்த்ததுமே எனக்குத் தெரிந்துவிட்டது. இவருக்கான வரன் இங்கு தற்போது கையிருப்பு இல்லை. ஆனால் அப்படி நான் அவர்களிடம் சொல்ல முடியாது. வரும் புது

வாடிக்கையாளரைப் பணம் கட்டிப் பதிவு செய்ய வைத்தே ஆகவேண்டும். அதற்கான ஆர்வத்தை, நம்பிக்கையைப் பொய்களின் வழியும், தேன் ஒழுகும் பேச்சிலும் தந்தாக வேண்டும். புதிதாக ஒரு வாடிக்கையாளர் உள்ளே வந்துவிட்டுப் பதிவு செய்யாமல் போனால் அந்தப் பிரிவுக்கான ஊழியருக்கு வார இறுதி மீட்டிங்கில் சிறப்புக் கவனிப்பு இருக்கும்.

“ஏன்மா ஒரு கஸ்டமரைப் பதிவு பண்ண வைக்கக்கூட முடியலைன்னா அப்பறம் எப்படி நீங்க அவங்களுக்குக் கல்யாணம் வரை பேசி முடிப்பீங்க? கொஞ்சமாவது வாங்கற சம்பளத்துக்கு உண்மையா இருங்க. எட்டாவது ஃபெயிலான உனக்கு வேற எங்கயாச்சும் வேலை கிடைக்குமா சொல்லு? காலைல ஆடி அசைஞ்சு பத்து மணிக்கு வர வேண்டியது, ஆறு மணி ஆனா பையத் தூக்கிட்டுக் கிளம்ப வேண்டியது. பேங்க் வேலைனு நினைப்பு. இங்க வேலை போட்டுக் குடுத்து இந்த இந்த ஜாதிக்கு இன்சார்ஜ்னு ஒரு பதவியும் கொடுத்த எனக்கு உங்களால நட்டம்தானேம்மா?”

எங்கள் தாழ்வுணர்வையும் நன்றியுணர்வையும் குற்றவுணர்வையும் தன் பேச்சின் மூலம் தூண்டி ஒரு கொலைக் குற்றவாளிபோல் நிற்கவைத்திருப்பார். அதில் கூனிக் குறுகிப் போகும் ஒரு பெண்ணைக் கண்டு மற்ற பெண்கள் கமுக்கமாகச் சிரிப்பது இன்னும் நோகடிக்கும். சிரித்தவள் அடுத்த வாரம் கூனிக் குறுகப் போவதுதான். அல்லது போன வாரமே நடந்திருக்கும். ஆனாலும் அடுத்தவளுக்கு நிகழ்கையில் ஓர் ஆனந்தம். அந்த மீட்டிங்கிற்குப் பயந்தே நாங்கள் ஏதாவது சில்லறைச் சதி வேலைகள் செய்து வரும் வாடிக்கையாளரைப் பணம் கட்ட வைத்துவிடுவோம்.

“தம்பிக்குத் தகுந்த புள்ளைக இருக்கா சாமி” அந்த அம்மாள் அப்பாவியாய்க் கேட்டார்.

“இருக்காங்கம்மா. நான் சில போட்டோலாம் காட்டறேன். நீங்க பாருங்க...”

நான்கைந்து பெண்களின் புகைப்படங்களை எடுத்துக் காட்டினேன். அவர்கள் பட்ட மேற்படிப்பு படித்த பெண்கள். எங்கள் பகுதி மட்டுமல்லாமல், வெளியூர் ஆட்களும் இங்கு பதிவு செய்வது உண்டு. பெண்கள் பெரும்பாலும் ஒரு டிகிரியாவது முடித்து

விடுகின்றனர். அவர்கள் எதிர்பார்ப்பெல்லாம் ஐடி துறை மணமகன்கள் அல்லது மருத்துவம். ஆனால் நான் அந்த அம்மாவிடம் வாய்கூசாமல் பொய் சொன்னேன்

“இந்தப் பொண்ணு பத்தாவது படிச்சுருக்கு.”

“இந்தப் பொண்ணு பன்னெண்டாவது...”

“இந்தப் பொண்ணு ஒம்பதாவது ஃபெயில்.”

ஒன்பதாவது ஃபெயில் என நான் கூறிய பெண் சித்தா டாக்டர். இப்படிப் பொய்யாகக் காட்டும் பெண்களின் ஊர் தொலைவில் இருக்கக் கூடியதாய்த் தேர்ந்து கொள்வோம். அப்போதுதான் சுலபமாய்க் கண்டுபிடிக்க மாட்டார்கள். இப்பொய்களில் என் மனசாட்சிக்கு எந்த உறுத்தலும் இல்லை. இந்த இரண்டு ஆண்டுகளில் பழகிவிட்டது. என்ன செய்தேனும் ஏற்ற பெண்கள் இருப்பதாய்க் காட்டி அவர்களைப் பணம் கட்ட வைக்க வேண்டும் என்பதே எங்கள் பணிக்கான அறம், தர்மம், நீதி எல்லாம்.

சித்தா டாக்டரின் ராசி, நட்சத்திரம், ஜாதகத்தை மேலோட்டமாகப் பார்த்த அந்த அம்மாள், “இந்தப் பொண்ணு பொருத்தம் வரும்னு நினைக்கறேன். எங்க ஜோசியர் கிட்ட பொருத்தம் பார்த்துட்டு சொல்றோம். பொண்ணு வீட்டுல யார்கிட்ட பேசணும்?”

“கண்டிப்பா சொல்றோம்மா. அதுக்கு முன்னாடி நீங்க ரெஜிஸ்டர் பண்ணிக்கோங்க. ஆயிரம் ரூபா வருசத்துக்கு ஒருக்கா கட்டினாப் போதும். இந்த வருஷமே பொண்ணு அமைஞ்சுரும், அநேகமா இந்தப் பொண்ணே கூட அமையலாம். அமையாட்டியும் மாசா மாசம் உங்களுக்குத் தொடர்ந்து பொருத்தமா வர பொண்ணுக விவரங்களை அனுப்பிட்டே இருப்போம். நீங்க எங்க வெப்சைட்லயும் பாத்துக்கலாம்.”

“அதுல எல்லாம் பாக்கத் தெரியாதும்மா. நீங்க தபால் அனுப்பிருங்க.”

“சரிங்கம்மா. நீங்க இப்போ பணம் கட்டிடறீங்களா?”

“கட்டறோம்மா. கட்டினதும் பொண்ணு வீட்ல பேசிருவீங்களா?”

“நீங்க பொண்ணு போட்டோ, விவரம் பார்த்த மாதிரி அவங்களும் உங்க பையன் போட்டோ, வேலை, படிப்பெல்லாம்

பாக்கணும்லம்மா. இன்னிக்கே அவங்களுக்கு உங்க பையனோட டீடெயில்ஸ் அனுப்பிருவோம். அவங்க பார்த்துட்டு ஓகே சொன்னதும் உங்களுக்குத் தகவல் சொல்லுவோம்." - என் பேச்சில் துளி பிசிறில்லை. தினம் சொல்லும் பொய்களுக்கு நம் முகம் மாறுவதில்லை. பதறுவதில்லை. சிரிப்பும், அக்கறையுமாக முகத்தை வைத்துக்கொண்டு அதை இயல்பாகச் செய்ய முடிகிறது.

பணம் கட்டி போட்டோ நகலை வாங்கிக்கொண்டனர். கைப்பட எழுதித் தரும் படிவத்தில் பெண்ணின் பெயர், படிப்பு, ஊர் பொய்யாய் நிரப்பிக் கொடுத்தேன்.

"சீக்கிரம் அண்ணனுக்கு நல்ல பொண்ணா அமையணும்னு வேண்டிக்கோம்மா."

அப்போதுதான் அவன் புகைப்படத்தில் அழகை ரசித்துவிட்டு வைத்திருந்த எனக்கு அந்த 'அண்ணன்' மெல்லிய சிரிப்பைத் தந்தது. "கண்டிப்பா அமையும்மா" என்றேன்.

"வரேன் சாமி" என்ற பிரபுவின் அப்பாவிடம், "சரிங்கப்பா" என்றேன். இதெல்லாம் சகஜமாகிவிட்டது. அம்மா, அப்பா, அண்ணா அக்கா என எல்லாரையும் உறவைச் சொல்லி அழைப்பதன் மூலம் வாடிக்கையாளருடன் நெருக்கம் வருவது மட்டுமின்றி வரன் அமையாத போது கோபமாய் வருபவர்களை "வாங்கம்மா, ஏன் வெயில்ல வந்தீங்க. முதல்ல தண்ணி குடிங்க" என்ற வார்த்தைகள் தணித்துவிடுகின்றன.

இரண்டு நாட்களில் பிரபுவின் பெற்றோர் திரும்ப வந்தனர். "ஒன்பது பொருத்தம் இருக்காம். பொண்ணு வீட்ல என்ன சொன்னாங்க?" - ஜோசியர் கொடுத்த தாளை நன்னடத்தைச் சான்றிதழ் போல பெருமிதமாக நீட்டியபோது பாவமாய் இருந்தது.

"அவங்களுக்கு அன்னிக்கே போஸ்ட் பண்ணிட்டோம்மா. இன்னிக்குதான் கைல கிடைச்சிருக்கும். நாளைக்குப் பாத்துட்டு சொல்வாங்க."

"ஒருக்கா நாங்க அவங்ககிட்ட பேசிக்கவா?"

"இல்லம்மா... பொண்ணு வீட்ல அப்படிலாம் உடனே பேச மாட்டாங்க. பொருத்தம்லாம் பாத்துட்டு சரின்னா கண்டிப்பா சொல்வாங்க."

அந்த ஒரு வாரத்தை அப்படியும் இப்படியுமாக ஓட்டினேன். இதுவும் வாடிக்கைதான். இறுதியில் பெண் வீட்டில் பொருத்தம் இல்லை என்றதாகச் சொல்லிவிடுவோம். அதற்கும் அடம் பிடித்தால், பையனைப் பொண்ணுக்குப் பிடிக்கவில்லை என்ற இறுதி ஆயுதம் எறிவோம். அதில் பெரும்பான்மை பெற்றோரோ அந்தப் பையனோ காயம் பட்டு விடுவர். தன்னை / தன் மகனை ஒருத்தி பிடிக்கவில்லை என்று சொல்வதா? அவளுக்கென்ன அத்தனை திமிர்? வேறு பெண் பார்ப்போம் என்று ஒதுக்கி விடுவர்.

முறைப்படி இதே வரிசையில் காய் நகர்த்தி அந்தப் பேச்சை முடித்து வைத்தேன்.

படித்த, வசதி உள்ள பல ஆண், பெண்களுக்கு எங்கள் மையம் மூலம் திருமணங்கள் நடந்துள்ளன. அப்படி அமையும் போது ஒரு சிறுதொகையை அமைத்துக் கொடுத்த ஊழியர்களுக்குச் சிலர் தருவது உண்டு. நான் வேலைக்குச் சேர்ந்த ஈராண்டுகளில் பத்துத் திருமணங்களாவது என் பிரிவில் நடந்திருக்கும். அதில் நான்கைந்து பேர் ஆயிரம், இரண்டாயிரம் வரை தனிப்பட்டு எனக்குத் தந்ததுண்டு. பத்தாம் வகுப்பு வரையே படித்திருந்த எனக்கு கணினிப் பயிற்சி தந்து வேலையும் தந்த இந்நிறுவனம் கடவுளாகத்தான் தெரிந்தது. மாலை ஆறு மணிக்குக் கிளம்பி விடலாம். சொற்பச் சம்பளமாக இருந்தாலும் பெண் பிள்ளைகள் நேரத்தோடு வீடு திரும்புவதற்கு ஏற்ற பாதுகாப்பான இடமாக இருந்தது பலரும் இங்கு தொடர முக்கியக் காரணம்.

நம் முயற்சியால் திருமணம் நடக்கும்போது மனநிறைவு அடைந்ததெல்லாம் ஆரம்ப நாட்களில்தான். இப்போதெல்லாம் ஒரு திருமணம் நடந்தால் அவர்கள் வசதிக்கேற்ப தரப்போகும் தொகையைக் கணக்கிட்டு, எப்படியேனும் பேசி அமைக்க முனைவது வாடிக்கை ஆயிற்று. ஆனாலும் பெண்களின் எதிர்பார்ப்புகளுக்குத் தகுந்த வண்ணம் இல்லாத ஆண் வாடிக்கையாளர்களிடம் இப்படித்தான் புளுக வேண்டி இருக்கிறது. ஆரம்பத்தில் இருந்த குற்ற உணர்வெல்லாம் நாளாக நாளாகக் காணாமல் போனது.

பல வருடங்களாக வரன் பார்த்து வந்த ஓர் இடைநிலை ஜாதி அம்மாவிடம், “அம்மா, வேற ஜாதில ஒரு பொண்ணு ஜாதகம்

இருக்கு, பாக்கறீங்களா?" என்று கேட்டதற்கு தீயை மிதித்ததைப் போலக் குதித்தார். "எங்க வம்சம் பத்தி தெரியுமா? எப்படி நீ இப்படி கேட்கலாம்? இப்பவே உங்க முதலாளிகிட்ட சொல்றேன்..." என்று கொதித்தார். "ஸாரி ஸாரி" என்று காலில் விழாத குறையாய் மன்னிப்பு கேட்டேன். அடுத்த வாரம் அவர் தேர்வு செய்து வைத்திருந்த அவரது ஜாதிப் பெண்ணைக் குறிப்பிட்டு, "அந்தப் பொண்ணு வேணாம்னுருச்சு" என்று முகத்தைப் பார்த்து குரூரமாகக் கூறி பழிதீர்த்துக்கொண்டேன். அவள் அடிபட்டதை முகத்தில் உணர்ந்து ஒரு நொடி ஆனந்தமானேன்.

"ஏனாம்?"

"படிப்பு பத்தாதாம்"

"அந்தப் புள்ளையே பத்தாவதுதானே படிச்சுருக்கு?"

"ஆமா. ஆனா அப்படிதான் சொல்லறாங்க."

"அதெப்படி அப்படி..." என்று ஆரம்பித்தவரை மேலும் அடக்கும் வன்மம் வந்தது.

"அவங்க சொன்னது வேற காரணம். வருத்தப்படுவீங்களேன்னு மாத்திச் சொன்னேன்."

"நீயேன் மாத்திச் சொல்ற. என்னனு சொல்லு?"

"பையன் நல்லாவே இல்லை. தொப்பையும் தொந்தியுமா இருக்கார். வேணாம்னு சொன்னாங்க. நம்ப அண்ணனை அப்படிச் சொல்லிட்டாங்களேன்னு எனக்கே வருத்தமா இருக்கும்போது உங்ககிட்ட எப்படிச் சொல்வேன்?"

அந்த அம்மாள் அடங்கிவிட்டாள். இப்படிப்பட்ட ஜாதிவெறி ஆட்களிடம் பொய் சொல்லி ஏமாற்றினால் என்ன கெட்டுவிட்டது என்ற மனநிலையை நானாகவே ஏற்படுத்தி என் பொய்களை நியாயப்படுத்திக் கொள்ளப் பிடித்திருந்தது.

பிரபுவின் பெற்றோரை அந்த வாரம் ஏமாற்றிவிட்டு அடுத்தடுத்து வேறு நிஜமான பெண்களின் புகைப்படங்களைத் தேடத் தொடங்கி இருந்தேன். சிலர் வசதியைப் பார்த்து, படிப்பை சமரசம் செய்துகொள்வர். மாதம் இரண்டு லட்சம் வருமானம் என்பது எங்கள் ஊரைப் பொறுத்தவரை மிக நல்ல வருமானம்.

ஒவ்வொரு பெண் வீட்டாரிடமாய் அலைபேசி பையனின் அருமை பெருமைகளை இட்டு நிரப்பிக் கெஞ்ச வேண்டும். மனிதர்கள் எதற்கு மயங்குவார்கள், எங்கு வீழ்வார்கள் என்பது பேசிப் பேசி அத்துப்படி ஆகிவிட்டது. ஆனால் பெற்றோரைப் போல் பெண்களை எளிதில் சம்மதிக்க வைக்க முடியாது. அதற்கு அவர்களது அம்மாக்களின் தலையைச் சலவை செய்து, காலைக் கழுவ வேண்டும். அதிலும் வெற்றி சதவிகிதம் குறைவுதான்.

அப்படி ஒரு மதியம் யாரோ ஒரு பெண் வீட்டில் அலைபேசிக் கொண்டிருக்கும்போது பிரபு திடீரென என் அறைக்குள் நுழைந்தான். கையில் சித்தா டாக்டரின் புகைப்பட நகல். எனக்கு உடலெங்கும் அவசரமாக ரத்தம் பாய்ந்து வியர்வை எழுந்தது.

“இந்தப் பொண்ணு வீட்ல ஏன் வேண்டாம்னு சொன்னாங்கனு சொன்னீங்க?”

என்ன காரணம் சொன்னேன் என்று நினைவை மீட்டேன். பொய் சொல்வதின் முக்கியச் சிக்கல் இது. “அவங்க ஜோசியர் பொருத்தம் இல்லைன்னுட்டார். நீங்க உக்காருங்க. உங்களுக்குத்தான் மற்ற பொண்ணுக வீட்ல பேசிட்டு இருக்கேன்.”

“இந்தப் பொண்ணு பேர் என்ன?”

கவிதானு எழுதினோமா, சவிதானு எழுதினோமா? யோசிக்க அவகாசம் இல்லை.

“நூற்றுக்கணக்குல பொண்ணுக இருக்காங்க சார், எல்லார் பேரும் நினைவில் இருக்காது. ரெஜிஸ்ட்ரேஷன் நம்பர் பாக்கணும்.” என்று இழுத்தேன். சிரிப்பில்லாத அவன் தீவிர முகம் என்னைக் கலவரமாக்கியது. என் உடல் நடுங்கியது.

“நான் சொல்றேன். இந்தப் பொண்ணு பேரு மதுமிதா. இவங்க ஒரு டாக்டர்.”

சமாளி சமாளி என்று மூளை குடைய, “ஐயோ, போட்டோ மாறிடுச்சு போல ஸார்... உங்களுக்குக் கொடுத்த பயோடேட்டா கரெக்டா இருக்கும். இருங்க செக் பண்றேன்.”

“சுளையாப் பணம் வாங்கிட்டு ஏன் இப்படிப் புளுகற? அவங்ககிட்ட விசாரிச்சுட்டேன். அவங்களும் உங்ககிட்ட போன வருஷம் ரெஜிஸ்டர் பண்ணி இருக்காங்க, இப்போ கல்யாணமே ஆயிடுச்சு.

இன்னும் இந்த போட்டோவைக் காட்டிப் பதிவு பண்றவங்கள ஏமாத்திட்டு இருக்கீங்க? கேஸ் போட்டா என்னாகும் தெரியுமா?"

"இருங்க... நான் செக் பண்றேன்." - பயமும் பதற்றமுமாய்த் தடுமாறினேன். சும்மா மேசைக் கோப்புகளிடையே தேடினேன் கேஸ் என்ற சொல் என்னை ஆட்டி இருந்தது.

"நீ ஒரு பொண்ணுதானே. இப்படி ஒரு பொண்ணோட போட்டோவை பொய்யா சுத்தல்ல விடறது தப்புன்னு படல? இப்படி ஒரு வேலை பார்த்து சம்பாதிக்கணுமா?"

"..."

"இந்தத் தொழில் பண்றதுக்கு வேற தொழில் பண்ணிப் பொழைக்கலாம்."

அந்த வார்த்தைகளை ஜீரணித்துப் புரிவதற்குள் என் கண்கள் கலங்கி இருந்தன.

"அண்ணா..." - கண்ணீர் கன்னங்களில் உருண்டது.

"அண்ணா கிண்ணான்னே, செவுளோட அப்பிருவேன். எங்க உங்க ஓனர்? கூப்டு."

"அண்ணா ப்ளீஸ் சத்தம் போடாதீங்க. இது என் தப்புதான். அப்போ அவசரத்துக்கு உங்க அம்மா இந்த போட்டோ பிடிச்சுதுனு சொன்னதும் எழுதிக் கொடுத்துட்டேன்."

அக்கம் பக்கம் எல்லா அறைகளிலும் அந்தந்தப் பிரிவு வாடிக்கையாளர்கள் இருப்பர். இவன் கத்திக் கூச்சல் போட்டால் எல்லாரும் நிறுவனம் மோசடி என முத்திரை குத்திவிட்டால், நிறுவனப் பெயர் கெடுவதோடு, என் வேலை போவதோடு, ஜெயிலில் தள்ளிவிடுவார்கள் என்பது வரை என் மனம் யோசித்து மிரண்டது. சமாளித்தாக வேண்டும்.

"ப்ளீஸ்ண்ணா. நான் உங்களுக்காக பொண்ணு பாத்துட்டே இருக்கேன். கண்டிப்பா பாத்துக் கொடுத்துடுவேன்."

"சீய்..." என்று அந்த போட்டோவை மேசையில் வீசிவிட்டுச் சென்றான். அன்று முழுக்க அழுதுகொண்டே இருந்தேன். மற்ற பெண்கள் வந்து சமாதானப்படுத்தினர்.

“சரி விடு. எல்லாரும் அதானே பண்றோம். இங்க ஒவ்வொருத்தரையும் பதிவு பண்ண வைக்க எல்லாம் செஞ்சுதானேடி ஆகணும். இப்ப என்ன புதுசா இவ்ளோ அழற?”

‘வேற தொழில் செய்யலாம்ல’ என்று அவன் கேட்டதை யாரிடமும் சொல்லவில்லை. ஆனால் அது உறுத்திக்கொண்டே இருந்தது. அந்நேரத்தில் ஏதோ ஒரு வைராக்கியம் வந்தது. இவனுக்கு நாம்தான் பெண் பார்த்துக் கொடுக்க வேண்டும், அப்போது அவன் முகத்தைப் பார்த்துக் கேள்வி கேட்கவேண்டும் என்று நினைத்துக் கொண்டேன்.

அடுத்த வாரம் வந்தான். வியர்த்தேன். அவனைப் பார்க்கவே பயமாய் இருந்தது.

“வாரா வாரம் இனி நானே வர்றேன். பொண்ணுங்களோட ஒரிஜினல் டீட்டைல் எனக்கு வேணும். வயசானவங்க வந்தா ஏமாத்திடற.”

கோபம் தணிந்திருந்தது. அவனுக்காகப் பேசி இருந்த பெண்களின் விவரங்களை எடுத்துக் காட்டினேன். “எல்லாம் ஓகேன்றாங்க படிப்புதான்...” - இழுத்தேன்.

அவன் முன்பே ஒரு பெண் வீட்டாரிடம் பேசினேன். “நல்ல பேமிலிம்மா. தங்கமான பையன். நீங்க நேர்ல வரச் சொல்லிப் பாருங்க. உங்க பொண்ணுக்குப் பிடிச்சுரும்.”

“...”

“உங்க நம்பர் பையன்ட கொடுக்கவா?”

“...”

“தேங்க்ஸ்மா தேங்க்ஸ்.”

பெண்ணின் அம்மாவின் அலைபேசி எண்ணை பிரபுவிடம் கொடுத்தேன்.

“என்ன வயசு உனக்கு?”

“இருபத்தி ரெண்டு.”

“எனக்கு இருபத்தொன்பதாச்சு. நீ பாட்டுக்கு என்னமோ உன் மடில போட்டு வளர்த்த மாதிரி பையன் பையன்கற?”

“அது... பொண்ணு பையன்னு இங்க சொல்லிப் பழகிருச்சு” - பல்லைக் கடித்தேன்.

‘இவன் வேற எல்லாத்துக்கும் ஏழரையக் கூட்டுவான் போலவே. இவன் கெட்ட கேட்டுக்கு மடில வேற போட்டு வளத்தறாங்க.”

“சரி பொண்ணு வீட்ல பேசிட்டு சொல்றேன். வேற பொண்ணுங்க வந்தாலும் பேசி வை. கொஞ்சம் லட்சணமான பொண்ணாப் பாரு.”

“ம்ம்ம். சரிங்க, ஸார்.”

“என்ன அண்ணா, பையன் போய், இப்போ ஸார் ஆயிருச்சு?”

“இல்ல ஸார்... இனிமே இதே சொல்லிக்கறேன். வசதியா இருக்கு.”

வாரா வாரம் செவ்வாய்க்கிழமை வருவதை வாடிக்கையாக்கி இருந்தான். வந்ததுமே அதிகாரமும் அதட்டலுமாகத்தான் இருக்கும் அவன் பேச்சு.

“அந்தப் புள்ள வீட்ல போய் பேசினோம். அவங்க ஆத்தாக்காரி என்னமோ அவளைக் கட்டிக்கக் கேட்ட மாதிரி அந்தச் சிலுப்பு சிலுப்பறா. கம்மியா படிச்சவன்லாம் உசுரோட இருக்கறதா வேண்டாமான்னு தெரில.”

‘நீ பேசற பேச்சுக்கு உனக்கு பொண்ணே கிடைக்காதுடா’ மனதிற்குள் நினைத்தபடி, “அப்டி இல்ல சார், அவங்க படிச்சுருக்கறப்போ ஒரு எதிர்பார்ப்பு இருக்கும்ல!”

“ஆமா நீ என்ன படிச்சுருக்க?”

“பத்தாவது.”

“என்ன சம்பளம் தர்றாங்க இங்க உனக்கு?”

“கம்மிதான், ஸார்.”

“எவ்ளோன்னு சொன்னா பங்கா கேக்கப் போறேன். சும்மா சொல்லு. வேற நல்ல வேலை இருந்தா சொல்றேன். இந்தத் தரகர் பொழப்பு எதுக்கு?”

“பத்தாயிரம். சிலர் கோவப்படறப்போ சமாளிக்கிறது கஷ்டம்னாலும் நம்மளால கலயாணம்லாம் அமையறப்போ சந்தோஷமா இருக்கும். இதுவே இருக்கட்டும் ஸார்.”

‘கோவப்படறப்போ’ என்பதை அழுத்தினேன். அவனுக்குப் புரிந்ததா தெரியவில்லை.

“வாயத் தொறந்தா பொய் சொல்றது ஒரு பொழப்பா?”

“ஸார், நீங்க ரியல் எஸ்டேட் வேலைதானே!”

என் கேள்வியின் அழுத்தத்தை ஒரு கணம் தாமதமாகப் புரிந்து கொண்டவன், “நீயே ப்ரோக்கர்தானேன்னு கேக்கறியாக்கும்?”

‘ஆமான்டா’ - “ஐயோ! இல்ல, ஸார்.”

“பொழச்சுக்குவ நீ!”

போகப் போக இந்த ஜாடை மாடை பதிலடிகள் பழகி அதை அவன் ரசிப்பதையும் உணர முடிந்தது. அவனது வெடுக் வெடுக்கென்ற பேச்சை நானும் ரசிக்கிறேனோ!

சமீபமாக அவன் பெண்களின் எண் கேட்பதில்லை. “எதுவும் பிடிக்கல. பிடிச்சாலும் என்னை அதுங்களுக்குப் பிடிக்காது. அடுத்த வாரம் பாப்போம்” என்று நகர்கிறான்.

இந்த வாரம் செவ்வாய்க்கிழமை தவறி வெள்ளிக்கிழமை மதியம் வந்தவன், “என்ன இன்னிக்குத் தலைக்கெல்லாம் குளிச்சு அழகா இருக்க போல!” என்றான் கோப்பைப் புரட்டிக்கொண்டே. நான் பதில் சொல்லவில்லை. புன்னகை செய்து வைத்தேன்.

இதோ இன்றும் வந்திருக்கிறான். “ஏதாவது பிடிச்சிருக்கா சார்?”

கேள்வியைத் தொடர்ந்து எண்ண ஓட்டங்கள் பின்னோக்கிச் சென்று ஆழ்த்தும்போதே அனல் பறக்கும் வெயிலில் “தீதி தீதி” என்று குரல் கேட்டது. சில அறைகளில் இருந்து பெண்கள் எட்டிப் பார்த்தோம். வியர்த்து வழிந்தபடி தன் தோள்பட்டையில் மிகக் கனமான பண்டில் ஒன்றை ஏந்தி நின்றிருந்தான் ஒரு வடக்கத்திய இளைஞன்.

“ஆப் சுடிதார் மெட்டீரியல் ச்சாஹி ஹெய்ன்?”

“வேண்டாம். வேண்டாம். போ” - மூத்த அக்காள் விரட்டினார். ஒருத்தி கிசுகிசுப்பாய்ச் சொன்னாள் “ஸார்தான் லஞ்சுக்கு வீட்டுக்குப் போயிருக்கார்ல. சும்மா பாப்போம்.” மதிய வேளை என்பதால் வாடிக்கையாளர் குறைவு. பேசிப் பேசி அனைவரும்

முடிவெடுத்து அந்த இந்திக்கார இளைஞனை மூட்டையைப் பிரிக்க வைத்தனர்.

ஆளாளுக்கு ஒரு சுடிதாரை எடுத்துக் கையில் வைத்துப் பார்த்துக் கொண்டிருக்கும் போதே நான் ஒரு கறுப்பு சுடிதாரை எடுத்துப் பார்த்துப் பெருமூச்சுடன் திரும்ப வைத்து விட்டு என் அறைக்குத் திரும்பினேன். கதவுகளற்ற அறைகள் எங்களுடையவை. நான் துணியை வைத்து விட்டு வந்ததைப் பார்த்துவிட்டவன் அசட்டையாய்க் கேட்டான் -

"ஏன் நீ வாங்கலையா?"

"இல்ல. ஏதும் பிடிக்கல."

"ஆசையாப் பார்த்தாப்ல இருந்துச்சு?"

"ம். மாசக் கடைசி. காசு இல்ல. இன்னும் சொன்னா இங்க பாக்கற யார்ட்டயுமே காசு இல்லனு எனக்குத் தெரியும். வாங்கறோமோ இல்லையோ பொண்ணுங்களுக்கு புதுப் புதுத் துணிகளைப் பார்க்கறதுல ஒரு சந்தோஷம்."

"ஆம்பளைங்களுக்குக் கூட பொண்ணுங்கள பாக்கறது அப்படிதான்."

"ஸார்..." மனதிற்குள் அது 'டேய்ய்ய்' எனத்தான் ஒலித்தது.

"ஆனா அந்த ஆள் பாவம். யாராவது வாங்குவாங்கன்னு நம்பித்தானே இத்தனையும் பிரிச்சு போடறார். டைம் வேஸ்ட். திரும்ப எல்லாம் அடுக்கி மூட்டை வேற கட்டணும்."

"சரி. நீ வேணா உனக்குப் பிடிச்சது ஏதாச்சும் வாங்கறியா? நான் காசு தர்றேன்."

"அதெல்லாம் வேண்டாம். உங்ககிட்ட எனக்கு வேணும்னு கேட்டேனா?"

"அட, இதுல என்ன இருக்கு? சரி அவ்ளோ ரோஷக்காரின்னா இப்போ வாங்கிட்டு சம்பளம் வந்ததும் திருப்பிக் குடு."

"அதுவும் வேண்டாம். வாங்கறதே அஞ்சும் பத்தும். இதுல ஐந்நூறு ஆயிரம் குறைஞ்சா கஷ்டம், ஸார்."

"அட, வயசுப்புள்ள. ஆசைப்படறது வாங்கிப் போடு."

"இல்ல, ஸார் வேண்டாம்."

குரலில் கண்டிப்பைக் கூட்டிக்கொண்டேன். அதன் பின் அவன் கேட்கவில்லை.

முக்கால் மணி நேரத்திற்குப் பிறகு எல்லாரும், "இது நல்லா இருக்குல்ல", "செம்மையா இருக்கு" என்று குதூகலிப்புகளுக்குப் பின் அவரவர் அறைக்குச் சென்று பிரித்துப் பார்த்துத் திரும்பக் கொண்டு வந்து தந்தனர். இது வெறும் கூச்சல் கூட்டம், ஒருவரும் வாங்கப்போவதில்லை என்று தெரிந்து அந்த வடக்கன் திரும்ப மூட்டை கட்ட ஆரம்பித்தான். திடீரெனப் பரபரப்பாகத் தேடி விட்டு "ஏக் ஐட்டம் ச்சூட் கயா" என்றான்.

முதலில் புரியாமல் விழித்த எங்களுக்குச் சற்று நேரத்தில் புரிந்து விட்டது - ஒரு ஐட்டம் குறைகிறது!

"எதுக்கும் எல்லார் ரூம்லயும் ஒருக்கா செக் பண்ணிப் பாருங்களேன்" என்றேன்.

அந்த இந்திக்கார இளைஞன் முகம் வாடி இருந்தது. "அண்ணா சாப்டீங்களா?"

புரியாமல் விழித்தான். உண்பது போல் சைகை செய்து அதையே கேட்டேன்.

"நஹி நஹி" என்றவன் திரும்ப, "ஏக் ஐட்டம் ச்சூட் கயா" என்றான்.

அனைவரும் தேடினோம் . கிடைக்கவில்லை. முதலில் வேண்டாம் போ என்ற அக்கா, "ஒருவேளை நீ கொண்டு வந்ததே இவ்ளோதானா இருக்கும்" என்றார். சைகையும் சேர்த்து அதைச் சொல்லவே, புரிந்துகொண்டவன் உறுதியாக "நஹி நஹி" என்றான்.

அதற்குள் முதலாளி வந்துவிட்டார். "என்னம்மா பண்ணிட்டு இருக்கீங்க, வேலை பாக்காம?" என்று அதட்டிவிட்டு அந்த இளைஞனை விரட்டினார். அந்த பண்டில் இருபது கிலோவிற்கு மேல் இருக்கும். வாதாட முயன்று மொழி கைவராமல் தோற்று மூட்டையைத் தூக்கித் தோளில் ஏற்றியவன் வெயிலில் கிளம்பினான்.

கிளம்பியவனிடம் "தண்ணி குடிச்சுட்டு போங்க" என்று நீர் பிடித்து நீட்டினேன். மறுத்துவிட்டு "யாடி வஸ்து யஹான் ஹை, து க்ரிப்யான் முஜே சூச்சித் கரேன்." என்று கூறி எழுதுவது போல் சைகை செய்தான். பேனா கேட்கிறானோ? அவன் அடுத்தபடி செல்பேசியில் பேசுவதுபோல் கை வைத்ததைப் பார்த்ததும் புரிந்துவிட்டது.

"சொல்லுங்க" என்று அவன் சொன்ன அலைபேசி என்ணைக் குறித்துக் கொண்டேன்.

கோப்பைப் புரட்டிக்கொண்டிருந்த பிரபு "இந்த வாரமும் ஒண்ணும் தேறல" என்றான்.

என் மனம் அந்தத் துணி எங்கு போயிருக்கும் என்பதில் இருந்தது.

"என்ன துணி எடுக்காம விட்டுட்டோம்னு ஃபீலிங்கா?"

"சேச்சே... ஒரு மெட்டெரியல் காணும், ஸார். பாவம்ல எவ்ளோ கஷ்டப்பட்டு தெருத் தெருவா இந்த வெயில்ல வர்றாங்க."

"சரி. அதுக்கென்ன பண்றது? இங்கதான் யாராவது எடுத்துருக்கணும்."

"எல்லார்ட்டையும் கேட்டாச்சே. யாரும் எடுக்கலைன்றாங்க."

"உங்க ஆஃபீஸ்ல பொய் சொல்ல புதுசா கத்துக் கொடுக்கணுமாக்கும்!"

நக்கலாய்ச் சிரித்தான்.

"ஸார், ப்ளீஸ். நான் பொய்தான் சொன்னேன். ஆனா வேற வழி இல்ல. இங்க வரவங்க பணம் கட்டாட்டி முதலாளி திட்டுவாரு. உங்கள மாதிரி ஆளுகளும் எந்த ஜாதினாலும் ஓகேன்னும் சொல்ல மாட்டீங்க. இந்தக் குலம்தான் வேணும், இந்தக் கூட்டம்தான் வேணும்னு கேப்பீங்க. ரெண்டு பக்கமும் சமாளிக்க ஏதோ பொய் சொல்லிடறோம். சில நேரம் கடுப்பாகி இவனுங்கெல்லாம் லவ் பண்ணித் தொலஞ்சாதான் என்னனு கூட மனசில் திட்டுவேன். ஆனா இந்த அண்ணா அப்படி இல்லைல! பாவமா இருக்கு."

"என்கிட்ட எந்த ஜாதினாலும் ஓகேவானு கேட்கவே இல்லையே!"

"அப்போ உங்களுக்கு ஓகேவா?"

"ஓகேதான். அம்மாவை சமாளிச்சுக்குவேன்."

"அப்போ வேற காஸ்ட் பொண்ணுக ஃபைலை வாங்கித் தர்றேன். பாக்கறீங்களா?"

"பாக்கறேன். அந்தப் பொண்ணு வீட்லயும் ஓகே சொல்றமாதிரி இருந்தா காமி."

"ஓ!" - அவன் சொன்னது எனக்கு மகிழ்ச்சியா ஏமாற்றமா என்று புரியவில்லை.

"அது நாமதான் பேசணும் சார். நீங்க முதல்ல ஃபைல் பாருங்க. பிடிச்சாப் பேசுவோம்."

"ம்ம்ம். சரி."

அவனுக்கு என் மீது நாட்டம் இல்லை. எல்லாமும் என் கற்பனை என்ற ஏமாற்றத்தைத் தாண்டி அவனுக்கு எந்த ஜாதியும் சம்மதம் என்பது அவன் மீதான மதிப்பைக் கூட்டி இருந்தது. உடனே மற்ற ஜாதிப் பிரிவுகளில் சென்று பெண்களின் கோப்புகளைப் பெறப் பரபரப்பானேன். எனக்கே ஒரு நொடி அது ஆச்சர்யமானது. நிச்சயம் அவன் பிற பெண்களைப் பார்ப்பதற்குச் சம்மதம் சொன்னது எனக்கு ஏமாற்றம்தான். ஆனாலும் உடனே தொழில் ரீதியாய் என் ஆதாயத்தைப் பார்க்க ஆயத்தமாகிவிட்ட என் மனமாற்றத்தைக் கவனிக்க முடிந்தது. பெண்கள் சூழலுக்கேற்பத் தங்களை மாற்றிக்கொள்வதில் தேர்ந்தவர்கள். தக்கன பிழைத்தலின் பேருதாரணம் பெண்!

ஒவ்வொரு பிரிவிலும் போய் பெண்களின் கோப்புகளை வாங்கினேன். இறுதியாய்ப் போன அறையில் அந்த அக்கா இல்லை. அருகிலிருந்தவள், "ரெஸ்ட் ரூம்" என்றாள்.

"சரி, கேர்ள்ஸ் ஃபைல் எடுத்துக்கறேன். அந்த அக்கா வந்ததும் சொல்லிடு."

வேகமாய் ஃபைலை இழுத்ததும் ஒரு சுடிதார் தொப்பென விழுந்தது. அதிர்ச்சிக்குக் கூட நேரம் தராமல் சட்டெனக் கையிலிருந்த கோப்புகளுக்குள் சுடிதாரை ஒளித்தேன். வேகமாய் அறைக்குள் வந்தவள் அவனிடம் ஃபைல்களைக் கொடுத்துவிட்டு அந்தச் சுடிதாரை எடுத்து வைத்துவிட்டு அலைபேசியில் அவனுக்கு முயற்சி செய்தேன்.

அவன் எடுத்ததும், "உங்க சுடிதார் கிடைச்சுருச்சு. வந்து வாங்கிக்கங்க" என்றேன்.

நான் சொன்னது எதுவும் புரியாமல், யார் பேசுகிறேன் என்றும் தெரியாமல், "க்யா க்யா" என்றான் அவன். பிரபுவிடம் "இந்தி தெரியுமா ஸார் உங்களுக்கு?" என்றேன். உதட்டைப் பிதுக்கினான். அலைபேசியைத் துண்டித்துவிட்டு என்ன செய்வது என்று விழித்தவள், சட்டென ஓர் யோசனை தோன்றவே அவனிடம் கேட்டேன் -

"ஸார், அந்த அண்ணன் பஸ் ஸ்டாண்ட் வழியாத்தான் போயிருப்பாங்க. இதைக் குடுத்துட்டு வந்துடறீங்களா?"

"அவன் எங்கேன்னு நான் எங்க போய்த் தேடறது?"

"இந்தாங்க, அவர் போன் நம்பர். வண்டி இருக்குல்ல உங்ககிட்ட. உடனே போனீங்கன்னா அடுத்த தெருவுலதான் இருப்பாரு. ப்ளீஸ் ஸார்."

அவன் யோசனையாய் என்னைப் பார்த்தான். - "இதுக்காக ஏன் இவ்ளோ பதறிப் போற? இப்படி எத்தனையோ கடந்துதான் பிசினஸ்லாம் நடக்கும்!"

"உங்ககிட்ட உபதேசம் கேட்கல. உதவிதான் கேட்கறேன். இந்தச் சிறுக்கிக எங்க போகப் போறாளுங்க. வந்து பாத்துக்கலாம். சுடிதாரை குடுத்துட்டு வாங்களேன்..."

அவன் பார்த்துக்கொண்டிருந்த ஃபைலை மூடி வைத்தான். எதுவும் பேசாமல் சுடிதாரை வாங்கிக்கொண்டு கிளம்பியவன் கால் மணியில் திரும்பி வந்தான்.

"அதை அவன்கிட்ட கொடுத்தாச்சு. சுக்ரியா சொன்னான். அது உனக்குதான்."

"தேங்க்ஸ், ஸார்!"

"அப்பறம் இந்தச் சிறுக்கிக ஃபைல்கள திருப்பிக் குடுத்துரு. இனி தேவைப்படாது."

"ஏன், ஸார்?"

"ஆமா, உனக்கு இந்தக் கறுப்பு சுடிதானே பிடிச்சுதுன்னு சொன்ன?"

வடக்கன் மூட்டையிலிருந்த நான்கைந்து கறுப்பு சுடிதார்களில் சரியாய் நான் தேர்வு செய்திருந்த மஞ்சள் துப்பட்டாவுடனான கறுப்பு சுடிதாரை மேசை மேல் வைத்தான்.

நான் மறுக்கவில்லை. “ஆமா, இதான்” என்றேன் உரிமையாய் அவனைப் பார்த்து.

(வாசகசாலை - மார்ச் 2024 இதழில் வெளியானது)

★★★

6. இன்மை

அந்தத் தனியார் பன்னோக்கு மருத்துவமனையின் டயாலிஸிஸ் பிரிவில் தன் முறை வரக் காத்திருந்தார் தனபால். தன் முறை என்றால் உமாவின் முறை. உமா அருகில் சக்கர நாற்காலியில் அமர்ந்திருந்தாள். அவரது மனைவி. அவளைப் பார்க்கவே பயமாய் இருந்தது அவருக்கு. ஆனால் பார்க்காமலும் இருக்க முடிவதில்லை. முப்பது ஆண்டுகளாக அவர் பார்த்து ரசித்த, சமயங்களில் சலிக்கவும் செய்த முகம்.

அவற்றோடு பயம் சேர்ந்தது இரண்டு ஆண்டுகளாகத்தான். ஐம்பது வயதில் எண்பது வயதிற்கான தளர்ச்சி இருந்தது உமாவின் முகத்தில். லேசாய்த் திணறிக்கொண்டே இருக்கும் சுவாசம். கைகளிலும், கழுத்திலும் கருநீலமாய் மாறிப்போன தழும்புகள். கண்களின் கீழே கனத்த வீக்கங்கள். வென்ஃப்ளான் குத்தி சோகையான நாடி. வறண்ட உதடுகள். காய்ந்த சருமம். எல்லாம் டயாலிசிஸின் அருள்.

காதலித்துக் கலவி கொண்டு கசிந்துருகிப் பின்னிப் பிணைந்து கிடந்த உடல் இன்று ஆறுதலாய்த் தொட்டால் கூட வலிக்குமோ என அஞ்சுமளவு நோய்மையில் அமிழ்ந்து கிடக்கிறது. இரவு முழுவதும் அனத்திக்கொண்டே இருக்கும் வியாதியின் வெம்மை அவர் தூக்கத்துக்குப் பெருந்தொந்தரவு. ஆனால் அஃதில்லாமல் சற்று நேரம் அமைதியானால் பதற்றமாகி, மூக்கருகே விரல் வைத்துப் பார்த்து மூச்சு வருகிறதா என்று சோதிக்கும் இம்சைக்கு அனத்தலே தேவலாம் என்று ஆகிவிட்டது.

நாற்பது வயதில் கால் மூட்டு வலி தொடங்கியது உமாவுக்கு. பாத வீக்கம், திடீர் வியர்வை, தொடர் இருமல் என்று ஏதாவது வந்து கொண்டே இருந்தது. கொஞ்சம் கொஞ்சமாக உடல்

காட்டிய அறிகுறிகளை இருவருமே கண்டுகொள்ளவில்லை. ஒரு நாள் மூச்சு விட முடியாமல் ஆனபோது அடித்துப் பிடித்து மருத்துவமனை வந்ததும் சிறுநீரகச் செயலிழப்பு என்றனர். நேரம், பணம் விரயமாக, பல சோதனைகள், அறிக்கைகள். கடைசியில் மருத்துவர் வெகுசாதாரணமாகச் சொன்னார்:

"க்ரியேட்டின் லெவல் ஏழு இருக்கு. இப்போ சில மெடிசின்ஸ், டயட் சார்ட் எல்லாம் தர்றேன். ஆறு மாசத்துக்குள்ள டயாலிசிஸ் ஸ்டார்ட் பண்ணிடணும்."

டயாலிசிஸா! அந்த வார்த்தையை உச்சரிக்கவே தனபாலுக்கு நடுக்கமாய் இருந்தது.

"மருந்துலயே குணப்படுத்த முடியாதா, டாக்டர்?"

"இருந்தா அதைத்தானே முதல்ல சொல்லி இருப்போம்!"

புன்னகையுடன் அவர் சொன்னதிலிருந்து சரியாக நான்கு மாதங்களில் டயாலிசிஸ் மட்டுமே வழி என்ற நிலைக்கு வந்து விட்டது. அஞ்சி நடுங்குவதெல்லாம் ஆரம்பக் கட்டத்தில்தான். நாட்பட எதுவும் பழகிவிடுகிறது. இரண்டு ஆண்டுகளாகத் தொடர் சிகிச்சை. எப்படியாவது உயிரைப் பிடித்து வைத்து விடும் போராட்டம்.

தனபால் - உமாவின் ஒரே மகளுக்குத் திருமணம் முடிந்து மூன்றாண்டுகள் ஆகின்றன. கருத்தரித்து ஆறாவது மாதம். அதற்கு மகிழும்போதே அடுத்து வளைகாப்பு, பிரசவம் என்று தலைக்கு மேல் காத்திருக்கும் பொறுப்புகள் நினைவில் அழுத்தின. அத்துடன் இந்த டயாலிசிஸுக்கும் வாரம் இரு முறை அலைய வேண்டும். யோசிக்கும் போது தனக்கே லேசாக மூச்சுத் திணறும் உணர்வு வந்தது தனபாலுக்கு. வேளை வரும்போது ஒவ்வொன்றாக நடந்தேறும். இப்போதே யோசிக்காமல் இருப்பதுதான் நல்லது.

இக்கடமைகள் எல்லாம் நிறைந்தபின் இந்த நோய் எட்டிப் பார்த்திருக்கலாம், ஐம்பது வயதில் வந்திருக்க வேண்டாம் என்ற நினைப்பு கசந்து எழுந்தபோது, இருபதுகளின் ஆரம்பத்தில் இருக்கும் ஓர் இளைஞன் டயாலிசிஸ் முடிந்து எதிரில் வந்தமர்ந்தான். உடன் இருந்தவள், அவனது அம்மாவாக இருக்க வேண்டும். அதே ஜாடை. அவளது துயரத்துடன் ஒப்பிடுகையில் தனது வேதனை ஒரு மாற்றுக் குறைவானதுதான்.

அந்த ஒப்பீடு அவருக்கே அருவருப்பூட்டியது. மனிதர்கள் சதா தம்மைப் பிறருடன் ஒப்பிட்டுக் கொண்டே இருக்கின்றனர். படிப்பு, பணம், பணி, புருஷன் என எல்லாமும் பக்கத்தில் இருப்பதோடு இணை வைக்கப்படுகிறது. அது துக்கத்திற்கும் நீள்கிறது.

"உமா மஹேஸ்வரி வாங்க..."

செவிலிப் பெண் அழைப்பைத் தொடர்ந்து சக்கர நாற்காலியைத் தள்ளிக்கொண்டு அந்த அறைக்குள் நுழைந்தார் தனபால். அது டயாலிசிஸ் செய்யும் அறை. அடர்ந்த மணம் நாசியில் அறைந்தது. மருத்துவமனைக்கென்று ஒரு மணம் இருக்கிறது. அறுவை சிகிச்சைப் பிரிவுக்கு வேறொரு மணம். டயாலிசிஸ் பிரிவுக்கு மற்றொரு மணம். யாரும் நுகர விரும்பாத மணம். அவருக்குப் பழகிய மணம்.

அவரை முன்னறையில் அமரச் சொல்லி, உமாவை உள்ளே அழைத்துச் சென்றனர். மூன்று, நான்கு மணி நேரம் ஆகும். ஒவ்வொரு முறையும் இந்தக் காத்திருப்பு உண்டு. அந்த நேரத்தில் தவிர்க்க முடியாமல் நோயாளிகளை, துணைக்கு வந்தவர்களை வேடிக்கை பார்க்க வேண்டியதாகிவிடும். வளாகத்தில் நிறைந்திருந்த மரங்களின் அடியே சின்னக் கூட்டங்களாக நின்றிருப்பர், உட்கார்ந்திருப்பர், சிலர் படுத்தும் இருப்பர். பேச்சும் மௌனமும் செல்பேசி நோண்டலுமாகச் சிறிய மனிதத் திரள்.

இங்கு வருபவர்கள் பலர் பணக்காரர்கள் அல்லர். உமாவுக்குக் கிராம நிர்வாக அலுவலரிடம் சிபாரிசு வாங்கி அரசாங்கக் காப்பீட்டு உதவி எல்லாம் பெற்றும் ஒரு முறை டயாலிஸுக்கு இரண்டாயிரம் ரூபாய் ஆகிறது. போக்குவரத்திற்கு ஐந்நூறு. வாரம் இரு தினங்கள். ஐந்தாயிரம் சுளையாகப் போகிறது. இது போக அவ்வப்போது பரிசோதனை, ஆலோசனை, அதற்கேற்ப மருந்துகளில் மாற்றம் என மாதம் கால் லகரமாவது உமாவிற்கென ஒதுக்க வேண்டும். மகள் வேலைக்குப் போகிறவள். மாப்பிள்ளையின் ஒப்புதலுடன் மாதம் பத்தாயிரம் அனுப்பி வைக்கிறாள்.

கவனம் மகள் மீது குவிந்ததும் வளைகாப்பு பற்றி யோசனை போனது. செலவு ஒரு பக்கம். வாயும் வயிறுமாய் வரும் குழந்தைக்கு நல்லபடியாகச் சமைத்துப் போடக் கூட ஆள் இல்லாமல் போய் விட்டதே என்ற கழிவிரக்கம் சூழ்ந்தது.

உமாவின் நகைகள் யாவும் அடகுக்கும் விற்பனைக்கும் போய் விட்டன. மீதமிருப்பது தாலிச் சங்கிலி ஒன்றுதான். அது மட்டுமாவது அவள் காலம் தீரும் வரை கழுத்தில் கிடக்கட்டும் என்று நினைக்கும் போதே அதை மீறிக்கொண்டு, அது மூன்று பவுன் இருக்கும், விற்றால் எத்தனை கிட்டும் என்ற கணக்கீட்டுக்குச் சென்றது புத்தி.

சட்டென அறையிலிருந்து சப்தம் கேட்டது. செவிலிப் பெண் அவசரமாய் ஓடி வந்தாள்.

“ஸார்... அந்தம்மாக்கு ஸ்ட்ரோக் வந்துருச்சு...”

என்ன சொல்கிறாள் எனப் புரியவில்லை. “என்னாச்சு?” என்று பதறினார். பயமாய் இருந்தது. அவர்கள் அவரது கருத்துக்குக் காத்திருக்காமல் ஸ்ட்ரெச்சர் வரவழைத்து பக்கத்துக் கட்டிடத்துக்குக் கொண்டு சென்றனர். பின்னால் ஓடினார். என்னவெனப் புரிந்த போது அவசரமாக நடந்தபடியே மகளுக்கு அழைத்தார் -

“பாப்பா, அம்மாவுக்கு வாதம் வந்துருச்சுடா. என்ன பண்றதுன்னே தெரில.”

உமா நினைவுடன் இருந்து கேட்டிருந்தால், ‘மாசமா இருக்கற புள்ளைட்ட எதுக்கு சொல்றீங்க? ஒண்ணு கிடக்க ஒண்ணு ஆனா?’ என்று கடிந்துகொண்டிருப்பாள்.

சில மணி நேரங்களுக்குப் பின் சில கையொப்பங்கள், பரிசோதனைகள் கடந்து கிட்டத்தட்ட இரவாகி இருந்த போது பசித்தது. ‘சாப்பிடப் போகலாமா, இல்ல, டாக்டர் ஏதும் கூப்டுவாங்களா’ என்று ரெண்டும்கெட்டானாக அமர்ந்திருந்தார்.

“ஸார், டாக்டர் கூப்பிடறாங்க.”

ஐசியூ அறைக்குள் நுழைந்தார். உமா படுத்திருந்தாள். அவளது முகம் கோணி இருந்தது. வலது கையும் காலும் வளைந்து பக்கவாத வடிவம் எடுத்திருந்தது.

“ஐயா, இவுங்களுக்கு டயாலிசிஸ் பண்றப்ப பிபி அதிகமாகி ஸ்ட்ரோக் வந்துருக்கு. ப்ரைன் ஸ்கேன் பண்ணிப் பார்த்தோம். மூணு பிளாக் இருக்கு. பிளட் கிளாட். மூணு நாள் இன்ஜெக்‌ஷன் போட முடியும். வேற ட்ரீட்மெண்ட்டுக்கு உடம்பு இடம் தராது.”

"புரியலீங்க."

"எதுக்கும் தயாரா இருந்துக்கங்க."

"இது குணமாகாதா, டாக்டர்?"

"கிட்டத்தட்ட கோமா ஸ்டேஜுக்குப் போய்ட்டாங்க. பல்ஸ் லெவல் பார்த்தா ஒரு நாள் கழிச்சுத்தான் ஏதும் சொல்ல முடியும்."

"பொண்ணுக்கு வளைகாப்பு, பிரசவம்னு இருக்கு. ஒரு அம்மாவா சுயநினைவோடு ஓரமா உக்காந்திருந்தாக் கூடப் போதும். உசுரைக் காப்பாத்திக் குடுங்க டாக்டர்..."

"அதுக்குதான் போராடறோம். ஆனாலும் நிலவரத்தைச் சொல்லித்தானே ஆகணும்!"

அவர் சொல்லிக் கொண்டே நகர, செவிலிப் பெண் அவரிடம் வந்தாள்.

"ஸார், இன்ஜெக்ஷன் மருந்துக்கான அமௌண்ட்டைக் கட்டிடறீங்களா?"

"எவ்ளோம்மா?"

சில ஆயிரங்கள் சொன்னாள். வங்கியில் எவ்வளவு இருக்கும் என்று யோசித்தார்.

இன்னொரு செவிலி அவரை அணுகிச் சொன்னாள் - "ஐயா, இந்தாங்க அவுங்க தாலி. நினைவில்லாம இருக்கிறவங்களுக்கு ஐசியூல இதெல்லாம் அனுமதி இல்ல. பத்திரம்."

உமாவைப் பார்த்தார். கண்கள் லேசாய்த் திறந்து அவரையே பார்ப்பது போல்தான் படுத்திருந்தாள். அவர் அவளிடம் 'வெளியேதான் இருக்கேன். பயப்படாத...' என்று சொல்லித் தைரியப்படுத்த நினைத்தார். அவர் குரல் வெளிவரவில்லை. அவளிடம் எந்த அசைவும் இல்லை. கையில் வாங்கிய தாலியைப் பார்த்ததும் தாங்க முடியாமல் அழுகை வந்தது. வெளியில் வந்து உறவுக்கார பையன் ஒருவனுக்கு அழைத்தார்.

"சரவணா... அத்தைக்கு ரொம்ப சீரியஸ்பா. கொஞ்சம் உதவிக்கு வர முடியுமா?"

“இதோ வர்றேன், மாமா. எந்த ஹாஸ்பிடல்? சாப்டீங்களா நீங்க?”

மருத்துவமனை பெயர் சொன்னார். ‘சாப்டீங்களா’ என்ற ஆதுரக் குரல் அச்சூழலில் சட்டெனக் கண்ணீர் வரவழைத்தது. அவன் பதறி, ‘இருங்க, நான் வந்துடறேன்’ என்று துண்டித்தான். கட்டுப்படுத்த முனைந்தும் தாளாமல் அழுகை பொங்கியது.

“பணம் கட்டிட்டீங்களா?”

“பத்து நிமிஷம். தம்பி ஒருத்தன் வரணும்.”

“சீக்கிரம் கட்டிருங்க. ஊசி போடணும்.”

வந்தவனிடம் தாலியைத் தந்தார் – “எங்கயாவது வித்துப் பணம் கொண்டு வாய்யா.”

“ஐயோ, மாமா... என்ன இது? தாலிய ஏன் விக்கறீங்க? எவ்ளோ ஆகும்னு சொல்லுங்க. ஒரு பத்தாயிரம் என்னால இப்போ உடனே தர முடியும்.”

“இல்லப்பா இது அதிகம் ஆகும். உடனே பணம் கட்டணும்.”

“தப்பா எடுக்காதீங்க. தீபிகாகிட்ட கேட்டுப் பார்த்தீங்களா?”

“இல்லப்பா. ஏற்கனவே மாசா மாசம் காசு தரா. நீ பணம் ரெடி பண்ணுப்பா, ப்ளீஸ்.”

அவன் நகர்ந்தான். ஒரு மணி நேரத்தில் பணத்துடன் வந்தான்.

“ஃப்ரண்ட் கடைதான், மாமா. கொஞ்சம் முன்ன பின்ன டைமானாலும் மீட்டுக்கலாம்.”

மருந்துகளுக்கான பணத்தைச் செலுத்திக் காத்திருந்தார். சரவணன் வாங்கித் தந்த உணவைப் பாதி உண்டுவிட்டு, மீதி வீசினார். உமாவுடனான பல உரையாடல்கள் நினைவில் மீண்டெழுந்து துக்கத்தைக் கூட்டிக்கொண்டே இருந்தன. இனி அவள் இல்லை, அவ்வீட்டில் அவர் மட்டுமே தனி என்பதை யோசிக்க, வெறுமை சூழ்ந்தது.

சரவணனைக் கிளம்பச் சொன்னார். “இல்ல, மாமா. நான் வேணாக் கூட இருக்கேன்.”

“இல்ல, நீ இப்போ கிளம்பு. காலைல ஒரு உதவி பண்ணணும். நம்ம சொந்தக்காரங்க நம்பர்லாம் தரேன். கொஞ்சம் எல்லாருக்கும் தகவல் சொல்லணும்.”

சரவணன் கிளம்பிவிட்டான். ‘உமாவை விடத் தனக்கு வயது அதிகம். அவள் என்னை முந்திவிடப் போகிறாள்.’ அது மேலும் அவரை உடைத்து நொறுக்கியது. தன்னை அறியாமல் கண்ணசந்த நேரம் உடல் உலுக்கப்பட்டுப் பதறி விழித்தார்.

“ஸார், நைட் ட்யூட்டி டாக்டர் வரச் சொல்றார்.”

எழுந்தோடி அறைக்குள் நுழையும்போது உமாவின் உடல் லேசாய்த் தூக்கித் தூக்கிப் போட்டுக்கொண்டிருந்தது. அவள் விழிகள் பாதி திறந்த நிலையில். இரு செவிலிகள் அவளை அழுத்திப் பிடித்து ஊசி போட்டுக் கொண்டிருந்தனர்.

“என்னாச்சு டாக்டர்?”

“அவங்களுக்கு மூச்சுவிட்றதுல சிக்கல் வந்துருக்கு. இன்னிக்கு டயாலிசிஸ் கம்ப்ளீட் ஆகலைல. லங்ஸ்ல நீர் கோர்த்திருக்கு. இப்போ வெண்டிலேட்டர் வைக்கணும்.”

“வெச்சா சரி ஆயிருமா?”

“இருக்கிறவரை மூச்சு விடத் திணற மாட்டாங்க.”

அவருக்கு உமாவைப் பார்க்க அச்சம் வந்தது. மூச்சுத் திணறுவது என்பதை அவர் மனம் நீருக்குள் வைத்து ஓர் உயிரை அமுக்குவதைப் போல கற்பனை செய்தது.

“சரி வச்சுருங்க டாக்டர்.”

“கவனமாக் கேளுங்க. வெண்டிலேட்டர்க்கு ஒரு நாள் வாடகை பன்னெண்டாயிரம். ஒரு நாளோ, ரெண்டு நாளோ தேவைப்படலாம். அதுக்கு மேல அவங்க பிழைக்கறது கஷ்டம். மேல விரிவாச் சொல்ல முடியாது. நீங்கதான் முடிவு பண்ணணும்.”

“...”

“வேண்டாம்னு நினைச்சா டிஸ்சார்ஜ் பண்ணி வீட்டுக்குக் கூட்டிட்டு போய்க்கலாம்.”

தனபால் உமாவை மறுபடி பார்த்தார். வாயைத் திறந்து நாக்கை இழுத்து குழாயைச் செருகிக் கொண்டிருந்தனர். அவளால் அதை ஏற்கவோ மறுக்கவோ முடியாது. நெஞ்சு மட்டும் தூக்கி அடித்துக் கொண்டிருந்தது. அந்த ஒரு நொடிக்கு மேல் அவரால் அவளைப் பார்க்க முடியவில்லை. முகத்தை திருப்பிக்கொண்டார்.

“இருக்கிறவரை மூச்சுத் திணறாம இருக்கட்டும். வெண்டிலேட்டர் வெச்சிடுங்க.”

தனபால் அங்கிருந்து வெளியேறினார். ‘எப்படியும் ரெண்டு நாள்னா அதுவரை அவ சிரமப்படாம இருக்கட்டும். காசு போனாப் போகுது. அவளுக்கு இல்லாதது எதுக்கு?’

காலையில் மகளும் மாப்பிள்ளையும் வந்தனர். அவள் சற்றே பூசி இருந்ததை அந்த நிலையிலும் அவர் மனம் குறித்துக் கொண்டு மகிழ்ந்தது. மகள் உமாவைப் பார்த்து அழுதாள். வெண்டிலேட்டர் பொருத்தப்பட்டிருந்தது. உமா தூங்குவது போலிருந்தாள்.

அவர்கள் அவரை வீட்டிற்கு அனுப்பி வைத்தனர். வீடு வந்து குளித்து சாமி அறை முன் நின்று மனமுருகினார். “கடைசில நீதான் ஜெயிக்கிற இல்ல?” என்றார் முருகனிடம்.

தனபால் திரும்ப மருத்துவமனை வந்தபோது உமாவை டயாலிசிஸ் செய்யக் கூட்டிப் போயிருப்பதாக மகள் சொன்னாள். ‘இந்த நிலையிலா!’ எனக் குழப்பமாக இருந்தது.

டயாலிசிஸ் முடித்து உமாவை மறுபடி ஐசியூ கூட்டி வந்தனர். டாக்டர் அழைத்தார்.

“நைட் எடுத்த டெஸ்ட் ரிப்போர்ட்லாம் வந்துருச்சு. டயாலிசிஸ் இல்லாததாலதான் மூச்சுத் திணறல். இப்ப லங்ஸ் கூட ஓரளவு ஓகே. வெண்டிலேட்டர் ரிமூவ் பண்றோம். கோமாலதான் இன்னும் இருக்காங்க. இங்கயே வைக்கணுமா வீட்டுக்குக் கூட்டிப் போறதான்னு நீங்கதான் முடிவு பண்ணணும். அவங்களுக்கு ஃபீட் பண்றதுலாம் எப்படினு நர்ஸ் சொல்லித் தருவாங்க. வழக்கம் போல வாரம் ரெண்டு தடவை டயாலிசிஸ் பண்ணிடணும். இங்க இருக்கிறவரை நாங்க பண்ணிடுவோம்.”

“அப்போ உமாவுக்கு...”

“இப்போதைக்கு உயிர் ஆபத்துன்ற கட்டம் தாண்டிட்டாங்க. கோமா ஒருவேளை சரி ஆகிட்டா தொடர் டயாலிசிஸ்ல ஆறு மாசமாவது இருப்பாங்கனு நினைக்கறேன். உங்க பொண்ணு பிரசவம் முடிஞ்சு பேரக் குழந்தையக் கூடப் பார்க்க வாய்ப்புண்டு.”

“ஓ! அவ்ளோ நாளா?”

ஐசியூவில் யாரோ இறந்ததற்காக யாரோ வெடித்தழும் கேவல் தூரத்திலிருந்து தேய்ந்து காதில் விழுந்தது. உமாவைத் திரும்பிப் பார்த்தார். அவள் இப்போது உறங்குவது போல் இல்லை. அக்கண்கள் அவரை உற்றுப் பார்ப்பது போல் தோன்றியது. அவசரமாக முகத்தைத் திருப்பிக் கொண்டார்.

(ஏப்ரல் 7, 2024)

★★★

7. அலர்

“அதெப்படி ஒரு பொம்பள ஒருத்தனோட தெனம் டீக்கடை, ஓட்டல்னு போயிட்ருப்பாளா? ஒரு சம்பந்தமும் இல்லாம அவன் அவளுக்குப் பணம் செலவு பண்ணிட்டு கெடப்பானா?”

பேக் செய்த மசாலா பாக்கெட்களை அட்டைப்பெட்டிக்குள் அடைத்தபடி கருப்புசாமி, சிலம்பரசனிடம் கூறியதை அகிலா துல்லியமாய்க் கேட்டுவிட்டாள். அவள் இருப்பது அவர்களுக்குத் தெரியவில்லை. இளையவனான சிலம்பரசன் எண்ணெய் ஊற்றினான்.

“ஆமா, அவளப் பத்தி தெரியாதா! அவ புருஷன் அவளை நம்பாம வேவு பாக்கறான்னா சும்மாவா? ஒரு வருஷம் முன்ன இங்க ஒரு நாள் வந்து எம்பொண்டாட்டி எங்கனு கேட்டு சண்டை. அந்த முண்ட புருசனுக்கு ஒடம்பு சரி இல்லனு லீவு போட்டுப் போயிருந்தா. இவனுக்கு அவ லீவுன்ற விஷயமே தெரியாதாம். எங்க சுத்தப் போனான்னு தெரியல.”

“அவதான் தேவிடியாத்தனம் பண்றான்னா சூப்பரவைஸருக்கு எங்க போச்சு புத்தி?”

“பொம்பளைகிட்ட போறக்கு புத்தி இருக்கணுமாண்ணே? ... இருந்தாப் போதாது?”

நடுவிரல் உயர்த்தி மோசமான சைகை ஒன்றைக் காட்டினான் சிலம்பு. இருவரும் சிரித்தனர். பேச்சு நாகலட்சுமி அக்காவைப் பற்றி என்பது அகிலாவுக்குப் புரிந்தது.

வேலைக்குச் சேர்ந்து ஒரு வாரமே ஆகி இருந்தது அகிலாவுக்கு என்பதால் மசாலா நெடி ஒவ்வாமை இன்னும் இருந்தது. குறுகுறுவென மூக்கு விடைத்து “ஹச்” எனத் தும்மினாள்.

பேசிக்கொண்டிருந்த இருவரும் அட்டைப்பெட்டிகளுக்குப் பின்னிருந்து வந்த தும்மல் சப்தத்தில் ஒரு நொடி பேச்சை நிறுத்தி உற்றுப் பார்த்தனர். அகிலா வெளியே வந்தாள்.

“இங்க என்ன புள்ள பண்ற?”

“அட்ட பாக்ஸ்ல போடச் சொல்லி அனுப்பி வுட்டாங்க.”

“நீ தூள் பேக்கிங்லதானே இருந்த?”

“ஆமா நெடி சேர மாட்டேங்குதுங்காட்டி அந்தக்கா இங்க போகச் சொல்லுச்சு.”

“எந்தக்கா?” - கிண்டல் தெறித்தது.

“நாகுக்கா.”

ஒருவரை ஒருவர் பார்த்து மெல்லச் சிரித்துக்கொண்டனர். அவர்கள் பேசியதைக் கேட்டுவிட்டாள் என்பது பற்றி இருவரும் அலட்டிக்கொள்ளவில்லை. புதிதாகச் சேர்ந்தவளுக்கு யாரைப் பற்றிப் பேசினோம் என்பது தெரியாது என்ற எண்ணமோ, தெரிந்தால் மட்டும் ‘நேத்து வந்தவ, என்ன கிழிக்கப் போறா?’ என்ற அலட்சியமோ காரணமாய் இருக்கலாம்.

அகிலா எதையும் எதிர்க்கும் நிலையிலில்லை. அத்துணிவு அவளது இயல்பில் இல்லை.

அங்கே குழுக்குழுவாய்ப் பேசிக்கொண்டிருந்தாலும் கைகள் அட்டைப்பெட்டிகளில் மசாலா பாக்கெட்கள் இட்டு மூடி, செல்லோடேப் ஒட்டி வேகவேகமாய் வேலைகளைச் செய்து கொண்டே இருந்தன. ஐம்பது பேருக்கு மேல் பணிபுரியும் அந்த மசாலாத்தூள் தயாரிப்பு நிறுவனக் கிளையில், தூளை பாக்கெட்களில் பேக் செய்யும் குழுவிலிருந்து மசாலாப் பாக்கெட்கள் அட்டைப்பெட்டிகளில் பேக் செய்யும் குழுவிற்கு அனுப்பப்படும்.

நாகு தூள் பேக் செய்யும் குழுவில் இருந்தாள். அகிலா அங்கே சேர்ந்ததும் சூப்பர்வைசர் சின்னசாமி நாகுவிடம்தான் சீனியர் என்ற முறையில் அகிலாவை அனுப்பி வைத்தார்.

“புதுப்புள்ள... பாத்துச் சொல்லிக்கொடு.”

நாகு அக்கா உருண்டு திரண்ட நல்ல ஆரோக்கிய தேகத்துடன் இருந்தாள். அத்திரட்சி கொழுப்பில்லாத உறுதியான சதை தந்தது. உழைக்கும் பெண்களுக்குரிய வளம் அது. மாநிறத்திற்கும் குறைவான கருமை. சற்றே குட்டையான உருவம். லட்சணமான முகம். பார்த்ததும் யாருக்கும் பிடித்துவிடக்கூடிய கம்பீரமும், களையும் கொண்டிருந்தாள். ஆனால் அதட்டல் பேச்சும், ஆணவ நடத்தையுமாக அணுக எளிமையானவளாய் இல்லை.

ஆரம்ப நாட்களில் அகிலாவுக்கு மசாலா நெடியேறி இருமலும் தும்மலும் ஏற்பட்டபோது, "மொத ரெண்டொரு நாள் அப்படிதான் இருக்கும். போகப் போகப் பழகிரும்" என்று சமாதானம் சொல்லி வேலை கற்றுக்கொடுத்தாள் நாகு அக்கா. ஆனால் அகிலாவுக்குத் தும்மல் நிற்காமல் இருக்கவே சூப்பர்வைசரிடம் கூறி அட்டைப்பெட்டிகள் பேக்கிங் செக்ஷனுக்கு மாற்றிவிட்டவளும் அவள்தான். எனவே கருப்புசாமியும், சிலம்பும் பேசிக்கொண்டது அவளுக்குப் பிடிக்கவில்லை. அவர்கள் மீது உடனடி விலக்கம் உண்டானது.

அவள் அட்டைப்பெட்டியை டேப் கொண்டு ஒட்ட ஆரம்பித்தாள். சிலம்பு, "இரு, நான் சொல்லித் தர்றேன். இப்படி இல்ல..." என்று பிசிறில்லாமல் ஒட்டித் தந்தான். "இன்னும் வேகம் வேணும் கையில. நிமிசத்துக்கு ஒரு பொட்டி பேக் ஆகணும்" - சிரித்தபடியே கடுமை இல்லாமல்தான் கூறினான். ஆனாலும் அகிலா சிரிக்காமல் தலை ஆட்டினாள்.

மதிய உணவு இடைவேளையில் ஒரு வாரமாக நாகு அக்காவுடன்தான் சேர்ந்து சாப்பிட்டாள். எனவே அணி மாறிய பிறகு, அன்றும் அங்கேயே சென்றாள்.

"என்னடி... இங்கயே வந்துட்ட? அங்க யாரும் இல்லையா உனக்கு செட்டு?"

"யாரும் பழக்கம் இல்லைல! உங்ககூடவே உக்காந்துக்கறேன்க்கா."

"வாடி வாடி... செல்லக்குட்டி."

உணவினிடையே நாகு அக்காவுக்கு ஓயாமல் அலைபேசி அழைக்கும். காலை வந்ததும் அலைபேசிகளை அணைத்து வைத்து விட வேண்டும். மதிய உணவு இடைவேளையில் எடுத்துக்

கொள்ளலாம். உண்டு முடித்துவிட்டுத் திரும்ப அணைத்து வைக்க வேண்டும். அங்கு அலுவலக அறைகள் முழுக்க ஏழெட்டு கண்காணிப்பு கேமராக்கள் உண்டு.

“எப்போ பணம் தருவ நீ? பத்தாம் தேதி காசு வராட்டி வீட்டு வாசல்ல வந்து நிப்பேன்.”

பேச்சுக்களை கிரஹித்த வழியில் நாகு அக்கா வட்டிக்கு விடுபவர் என ஊகித்திருந்தாள்.

“என்னடி, இன்னிக்கும் புளிச்சோறா?”

“ம்.”

“காய், கறினு எடுத்து வள்ளூ வதக்குனு தின்னாத்தான வயசுப்புள்ள பாக்க அம்சமா இருக்கும். கையப் பாரு தட்டுக்குச்சி மாதிரி. ஒடச்சி அடுப்புல வச்சுறலாம் போல.”

சொல்லிக்கொண்டே தன் டிஃபன்பாக்ஸிலிருந்து பொரியலோ வறுவலோ முட்டையோ எடுத்து வைப்பாள். அகிலா தன்னை ஒருமுறை பார்த்துக் கொள்வாள். ஆம், நாகு அக்கா சொல்வது போல குச்சியாகத்தான் இருந்தாள். வயதின் பூரிப்பால் முகம் பூசி இருந்ததே ஒழிய, சத்துக் குறைபாடான, சோபையான தேகம். ஒல்லி என்பது தாண்டி ஒடிசல் என்ற வகை. அவளது தாழ்வு மனப்பான்மைக்கும், தைரியமின்மைக்கும் தோற்றமும் காரணம்.

“ஐயோ... அக்கா வேணாம். நீங்க சாப்பிடுங்க.”

“சாப்பிடு நீ.” - அதட்டலாய் வரும் குரலில் அடங்கிவிடுவாள்.

அங்கு நாகு அக்காவுக்கு நட்பாய் யாரும் இருப்பதாய்த் தெரியவில்லை. சொல்லப்போனால் அவளது வாய் மொழியிலும் உடல் மொழியிலும் இருக்கும் அதிகாரத் தொனியினால் அவளை யாருக்கும் பிடிப்பதில்லை என்பதே அகிலாவின் கணிப்பு.

“ரொம்பத் திமிர் பிடிச்சவ. நீ பாத்து இருந்துக்கோ” என்று அகிலாவுக்கு இரண்டாம் நாளே ஒருத்தி அறிவுரை சொன்னாள். “அவ பேச்சு கேட்டு நடக்கறவரை நல்லாத்தான் இருப்பா. எதிர்த்து நிக்க ஆரம்பிச்சா, அப்புறம் அவ சுயரூபம் தெரியும்” என்றாள் இன்னொருத்தி.

“பணம் இருக்கற திமிரு. அவளுக்கு இந்த வேலை ஒண்ணும் முக்கியமில்லை. ஆனாலும் வீட்ல அடங்க முடியாம இங்க வந்துட்டு இருக்கா. அப்படி இந்த மொளகா நெடில கிடக்க என்னடி தலையெழுத்து அவளுக்கு! அப்படி ஒரு மயக்கம் இங்க இருக்குனு அர்த்தம்.”

பெண்கள் நாகு அக்கா பற்றிக் கடந்த ஒரு வாரத்தில் பேசி அகிலா காதில் விழுந்தவை இப்படிச் சில உண்டு. ஆனாலும் இன்றைய கருப்புசாமி பேச்சும் சிலம்பின் ஆமோதிப்பு கலந்த நையாண்டியும் அகிலாவுக்கு அதீதமாகத் தோன்றியது. அவர்கள் பயன்படுத்திய வார்த்தைகளை மறுபடி நினைக்கவே அருவருப்பாக இருந்தது. நாகு அக்காவிடம் கூறி விடலாமா என்று யோசித்தவள், ‘வேண்டாம் எதற்கு வம்பு!’ என்று இருந்துவிட்டாள்.

அகிலா பணிக்குச் சேர்ந்து ஒரு மாதமானது. வேலையில் நன்றாகவே தேறி இருந்தாள். சிலம்பரசன்தான் அவளுக்கு இங்கு வேலை கற்றுத் தந்தான். துறுதுறுப்பான இளைஞன். வசீகரமாகவும் இருந்தான். பேக் செய்த பெட்டிகளை வாடிக்கைக் கடைகளுக்கு சப்ளை செய்யச் செல்பவனும் அவன்தான். அப்படிப் போகும்போதெல்லாம் அகிலாவிடம் சொல்லிவிட்டோ தலை அசைத்தோ விடைபெறும் வழக்கத்தை ஆரம்பித்திருந்தான். அதெல்லாம் அகிலாவுக்கு மகிழ்ச்சியோ ஈர்ப்போ தரவில்லை. அவனது முதல் அறிமுகமே ஒவ்வாமை தந்திருந்ததால் ஓர் இடைவெளியுடன் வேலைக்காக மட்டும் பேசிக் கொண்டிருந்தாள்.

“ஏன் எப்பவும் மூஞ்சிய கொரங்காட்டமே வச்சுட்டு இருக்க? கொஞ்சம் சிரிச்சா என்ன?”

“பொண்ணுங்க சிரிச்சாலே தப்பாப் பேசற ஆளுங்க மத்தில சிரிக்கணுமான்னுதான்.”

“ஒன்னைய யாரும் ஏதும் பேசினாங்களா? யாருனு சொல்லு. தூக்கிறலாம்.”

“பொண்ணுனா நான் மட்டுமா? எல்லாரும்தான். யாரையும் தப்பாப் பேசறது சரியில்ல.”

“யாரு பேசுனா?”

“பேசுனவங்களுக்கு மறந்துருது. கேட்டவங்களுக்கு மறக்கறதில்ல, பாருங்க.”

“ஓ! நாகுவப் பத்திப் பேசினதைச் சொல்றியா? அவ அப்படிப்பட்ட ஆளுதான்.”

அகிலாவுக்கு சுருக்கென்று கோபம் வந்தது. முன்பு அவர்கள் பேசும்போது இருந்ததை விட அவளுக்கு இப்போது அவனிடம் எதிர்த்துக் கேட்கும் தெளிவும் தைரியமும் இருந்தது.

“இப்படிப் பேசறதெல்லாம் என்கிட்ட வச்சுக்காதீங்க. பொம்பளைங்கன்னா அவ்ளோ எளப்பமா போயிருச்சு ஒங்களுக்கெல்லாம். என்ன வேணா பேசறது...”

“அட நெசந்தான். போன வருஷம் ஒருநாள்...” - ஆரம்பித்தவனை இடைமறித்தாள்.

“ப்ளீஸ்... என்ட இதெல்லாம் சொல்லவே வேண்டாம்.” - வெடுக்கென நகர்ந்தாள்.

அது ஒரு சனிக்கிழமை. பணியிடங்களில் சனி மாலைக்குத் தனி உற்சாகம் உண்டு. விடுமுறைக்கு முன் வரும் மாலைக்குக் காதலின் சாயல்; விடுமுறைக்குக் காமத்தின் ருசி! முந்தைய மாலை ஓர் இன்பத்திற்கான எதிர்பார்ப்பும், பரவசமும் தளும்பி நிற்கும். விடுமுறை தினம் அளப்பரிய இன்பத்தைத் தந்துவிட்டுச் சட்டென நிறைந்தும்விடும்.

அகிலா அவசர அவசரமாக இடத்தைச் சுத்தம் செய்து கொண்டிருந்தாள். சிதறிக் கிடந்த கயிறுகள், அட்டைப்பெட்டித் துண்டுகள் யாவற்றையும் கூட்டித் தள்ளியபடி இருந்தாள்.

“என்னடி வேலைய முடிச்சிட்டியா? கிளம்பலையா?” - நாகு அக்கா கிளம்பி இருந்தாள்.

“முடிச்சுட்டேன். இன்னிக்கு என்னைய புளிய மர ஸ்டாப்ல இறக்கிவிட்டுடறீங்களா?”

“சரி... சீக்கரம் வா.”

நாகு அகிலாவுக்குக் காத்திருக்கும்போது கருப்புசாமி அவளிடம் வந்தார்.

“நாகு... ஒரு பத்தாயிரம் இருக்குமா? சம்பளம் வந்ததும் தந்துடறேன்.”

“எதுக்கு இப்போ ஒனக்கு பத்தாயிரம்?”

“மகளுக்கு ஃபீஸ் கட்டணும். நீ திங்கட்கிழமை தந்தாப் போதும்.”

“புள்ள படிப்புன்னு சொல்ற. தர்றேன். வட்டிக் காசு ஐந்நூறு பிடிச்சுட்டுதான் தருவேன்.”

“இன்னும் பதினைஞ்சு நாள்ல சம்பளம் வந்துரும். அதுக்கு ஐந்நூறு வட்டியா?”

“நீ வேணா ஒரு மாசம் முடிஞ்சு திருப்பிக் குடு. நானா வேண்டாங்கறேன்.”

“ம். சரி... மறக்காம காசு கொண்டுட்டு வந்துரு.”

கருப்புசாமி சென்ற பின் அகிலாவுக்கு ஆத்திரமாக வந்தது - ‘இவ்ளோ கேவலமாப் பேசிட்டு எப்படி வெக்கமே இல்லாம இந்தக்கா கிட்டயே காசு கேக்கறான். அக்காகிட்ட சொல்லிடலாமா?’ - வண்டியில் அமர்ந்து செல்லும்போது மனம் அலைக்கழிந்தது.

‘நமக்கெதுக்கு வம்பு! ஆனா அந்த ஆள் பேசினது தப்புதானே! இப்போ அக்காகிட்ட இதை மறைச்சா நான் அவங்களுக்கு துரோகம் பண்ற மாதிரிதானே! அது மட்டுமா, இப்ப அவனுக்குக் காசு வேற கொடுக்கப் போறாங்க. அதையாவது தடுக்கணும்ல!’

பேருந்து நிறுத்தத்தில் வண்டியை நிறுத்தினாள் நாகு. இறங்கிக் கொண்ட அகிலா தயக்கமாய் இழுத்தாள் - “அக்கா...”

“என்னடி மென்னு முழுங்கற. சொல்லு.”

“ஒண்ணு சொல்லுவேன். நீங்க கோபப்படாதீங்க.”

“சொல்லுடி சட்டுனு...”

“அந்தக் கருப்புசாமி நல்லவர் இல்லக்கா...”

“அதுக்கு? அவன் நல்லவனா இருந்தா என்ன இல்லாட்டி எனக்கென்ன? அட, உனக்குத்தான் என்ன? ஏன், ஒங்கிட்ட ஏதும் தப்பாப் பேசினானா?”

“ஐயோ, அதெல்லாம் இல்லக்கா. உங்களத்தான்...”

“என்னையா? என்னடி சொன்னான் அவன்?”

“அக்கா, ப்ளீஸ்! நீங்க இதைப் பிரச்சனை ஏதும் பண்ண வேண்டாம். ஆனா அந்த ஆளுக்குப் பணம்லாம் கொடுக்காதீங்க.”

“என்ன சொன்னான்னு சொல்லு...”- பற்களைக் கடித்து அழுத்தமாய்க் கேட்டாள்.

“உங்களுக்கும் சூப்பர்வைசர்க்கும்...”

நாகு பத்ரகாளியானாள் - “என்னிக்கு சொன்னான் இதெல்லாம்?”

“அது நான் வந்த புதுசுலக்கா. அப்போ சொல்ல எனக்குப் பயமா இருந்துச்சு.”

“சரி, நீ இப்போவே வண்டில ஏறு. இன்னும் எவனும் கிளம்பி இருக்க மாட்டானுங்க. ஏறு.”

“ஐயோ, அக்கா இப்போ எதுக்கு? நான் வீட்டுக்குப் போறேன், நீங்களும் சண்டைலாம் போட வேண்டாம். அந்த ஆளுக்குப் பணம் தர வேண்டாம்னுதான் சொன்னேன்.”

“ஏறுடி மொத. போய்க் கிழிக்கிற கிழில இனி எவனும் வாயத் தொறக்கக் கூடாது.”

“நான் எதுக்குக்கா? எனக்குப் பயமா இருக்கு.”

“அப்பறம் யாரு சாட்சி? ஒன்னை யாரும் ஒண்ணும் பண்ணாம நான் பாத்துக்கறேன்.”

அகிலாவை ஏற்றிக்கொண்டு திரும்ப அலுவலகம் விரைந்தாள் நாகு. வண்டியை நிறுத்தாத குறையாக உள்ளே பாய்ந்தாள். கருப்புசாமி முன் நின்றாள்.

“என்னையப் பத்தி என்ன சொன்ன? நான் எவன் கூட போறேன், டீ குடிக்கிறேன், சாப்பிடறேன், படுக்கறேன்னு உனக்குத் தெரியுமா? நீ யாருடா என்னைப் பத்திப் பேச?”

கருப்புசாமி அதிர்ந்து பார்த்தான் - “என்ன ஒளர்ர?”

“ஒண்ணும் தெரியாத மாதிரி நடிக்காத... இதோ, இந்தப் புள்ள கேட்டுருக்கு நீ பேசினத.”

"..."

"ஒனக்கும் பொட்டப்புள்ள இருக்குன்றத மனசுல வச்சுக்கோ."

தன் மகளைப் பற்றிப் பேசியதும் கருப்புசாமிக்குச் சாமி வந்தது.

"எம்புள்ளய பத்தி நீ பேசாத. அந்தத் தகுதியே உனக்குக் கிடையாது. நடக்காததையா நான் சொல்லிட்டேன்? ஊருக்கே தெரியும் ஒன்னையப் பத்தி. எனக்கு எல்லாந்தெரியும்..."

"எங்க ஒனக்கு எல்லாம் தெரியும்னா நான் இப்போ என்ன கலர் ஜட்டி போட்ருக்கேன்னு சொல்லு பாப்போம். நீதான் நான் அம்மணமாப் படுத்ததையே பாத்தவனாச்சே!"

கருப்புசாமி அக்கேள்வியில் நிலை தடுமாறினான். சுற்றிக் கூட்டம் கூடி வாய் பிளந்தது.

"என்ன நீ, அசிங்கமாப் பேசற?"

"நீ பேசினத விடவா? சொல்லு... சொல்லுடா இப்ப."

அதற்குள் சூப்பர்வைசர் வெளியே வந்தார் - "ஏ நாகு, என்னாச்சு? ஏன் கத்தற?"

"வாங்க ஸார். உங்களைத்தான் நான் வச்சுருக்கேனாம். இந்த ஆளு சொல்லிருக்கான்."

ஒரு கணம் ஆடிப் போனவராய் நின்றார் அவர் - "என்ன பேச்சு இதெல்லாம்?"

மேலாளரும் அறையை விட்டு வெளியே வந்தார். நாகு ஆவேசமாய்ச் சொன்னாள்.

"அன்னிக்கு டீக்கடைல நாம ரெண்டு பெரும் டீ குடிச்சதையும், ஒரு நாள் நான் சாப்பாடு கொண்டு வரலைன்னு நீங்க வாங்கித் தந்ததையும் பாத்து கண்டபடி பேசுது இந்த நாயி."

சூப்பர்வைசர் அதிர்ச்சியும் அவமானமுமாக ஒரு பாவத்தை வெளிப்படுத்தினார்.

"எல்லாருக்கும் ஒண்ணு சொல்றேன் கேட்டுக்கோங்க... என்னைப் பத்தி அனாவசியமா யாராச்சும் இனி பேசினா... அது எவனா இருந்தாலும் சரி, எவளா இருந்தாலும் சரி, கால்ல கிடக்கறது கைக்கு

வந்துரும். இதான் என் முதலும் கடைசியுமான வார்னிங்கு...”

அங்கு நின்றிருந்த சிலம்பரசன் எதுவும் பேசாமல் கூட்டத்தின் பின் ஒளிந்து வேகமாய் விளக்குமாறெடுத்துத் தரையைக் கூட்டத் தொடங்கினான். அகிலாவுக்கு அதைக் கண்டு அந்நிலையிலும் சிரிப்பு வந்தது. இதுவரை அவன் இந்த வேலை எல்லாம் செய்ததில்லை.

“அக்கா... வாக்கா போலாம்.”

“இருடி...” - மேலாளரிடம் திரும்பினாள் நாகு - “ஸார்... இந்தக் கம்பெனில ஒண்ணு நான் இருக்கணும். இல்ல இந்தக் கருப்புசாமி இருக்கணும். நீங்களே முடிவு பண்ணுங்க.”

“ஏன்மா, நீ போற போக்குல ஒரு புகார் சொன்னதும் ஆக்‌ஷன் எடுக்க முடியுமா? அவன் ஒன்னப் பத்திப் பேசினதுக்கு என்ன ஆதாரம்?”

“இதோ இந்தப் புள்ள கேட்டுருக்கு, என்னைப் பத்தி அசிங்கமாப் பேசினதை.”

“ஏன்மா கேட்டியா நீ? உன்கிட்டேதான் கருப்பு அப்படிப் பேசினாரா?”

“என்கிட்டே பேசல. வேற ஒருத்தர்கிட்ட பேசினதைக் கேட்டேன்.” - குரல் கம்மியது.

“நீ ஏன்டி வார்த்தையை முழுங்கற? உண்மையத்தானே சொல்ற! சத்தமாச் சொல்லு.”

“எப்போ கேட்ட?”

“வேலைக்குச் சேந்து ஒரு வாரம் இருக்கக்குள்ள கருப்புசாமி அப்படிச் சொன்னார்.”

“ஏன் அப்போவே சொல்லல?”

“அப்போ பயமா இருந்துச்சு. அதோட இன்னிக்குதான் அவர் அக்காகிட்ட காசு கேட்டாரு. கேவலமா பேசிட்டு அவங்ககிட்டவே பணம் கேட்கவும் மனசு தாங்காம சொல்லிட்டேன்.”

நாகு, கருப்புசாமியைப் பார்த்து “த்தூ” எனக் காறி உமிழ்ந்தாள்.

“ஒரு பொம்பளைய வேசின்னு சொல்லிட்டு வேசிகிட்டயே புள்ளயப் படிக்க வைக்கக் காசு கேட்டு வந்து நின்னியே... நீ எப்பேர்ப்பட்ட ஈத்தரையா இருப்ப?”

“யாருகிட்ட சொன்னான் கருப்பு இதெல்லாம்?”

“இல்ல, ஸார்... அது வந்து... இன்னொருத்தர்கிட்ட...”

“யாருகிட்ட?”

அகிலா சற்று தயங்கினாள். சிலம்பு தனக்குப் பணியில் உதவியாய் இருந்ததெல்லாம் நினைவில் வந்தது. அதையும் மீறி வாய்க்கு வந்ததைப் பேசியது நினைவில் கூசியது.

“சிலம்பரசன்கிட்ட.”

மேலாளர் கண்கள் அவனைத் தேட, கூட்டத்திற்கு பின் நின்று அகிலாவை வெறித்தான்.

“டேய்...” - மேலாளர் அதட்டினார்.

“ஸார்...”

“இந்தப் பொண்ணு சொல்றது உண்மையா? கருப்புசாமி நாகுவை பத்திப் பேசினானா?”

“...”

“சொல்லுடா.”

“ஆமாங்க. உண்மைதான். நாகுவைப் பத்தி அவர் சொன்ன விஷயமும் உண்மைதாங்க.”

“உங்கோத்தாவப் பத்தி உண்மையச் சொல்வான். போய்க் கேளு.” - நாகு அவனை அடிக்கப் பாய்ந்தாள். எல்லோரும் தடுக்க, மேலாளர் ஒரு கணம் நிதானித்தார்.

“நாகு, இங்க இத்தனை பேரு வேலை செய்யறோம். ஆளாளுக்கு ஏதாச்சும் பேசிட்டுதான் இருப்பாங்க. இதெல்லாம் பெருசாக்கிப் பிரச்சனை பண்ணணுமான்னு யோசிச்சுக்கோ.”

“நான் பெருசாக்கறேனா? இதென்ன சின்ன விஷயம்னு சொல்ல வாரீங்களா? உங்க உறவு பொம்பளைங்களப் பத்திப் பேசி இருந்தா சும்மா இருந்துருப்பீங்களா, ஸார்?”

அவர் முகம் சுருங்கியது. அகிலா யாவற்றையும் கூர்ந்து கவனித்துக் கொண்டிருந்தாள். எல்லாம் தன்னால்தான் என்ற அச்சமும், குற்றவுணர்வும் அவளை நடுங்கச் செய்தன.

ஆனாலும் நாகுவை பிரமிப்பாய் பார்த்தாள். 'என்ன தெகிரியமா எதிர்த்துப் பேசுது இந்தக்கா. அவமானப்பட்டோ, பயந்து ஒளியவோ நினைக்காம எதிர்த்து நின்னு எல்லார் கண்ணுலயும் வெரல விட்டு ஆட்டுது. இந்தத் துணிச்சல்லாம் கத்துக்கணும்.' அவளுக்கு அந்த நொடி ஒரு பரவசம் வந்தது. 'ஒரு பொண்ணுக்கு இன்னொரு பொண்ணு துணிஞ்சு ஆதரவா நிக்கணும். நான் நின்னுருக்கேன். நிப்பேன்.' மேலாளரிடம் சொன்னாள்.

"கருப்புசாமி மட்டுமில்ல, சிலம்பரசனும் அதே மாதிரிதான் பேசினார். ரெண்டு பேருமே குத்தவாளிகதான், ஸார். இன்னிக்கு நாகு அக்காவைப் பத்திப் பேசினவங்க நாளைக்கு என்னையோ இன்னொரு பெண்ணையோ பத்திப் பேச மாட்டாங்களா, ஸார்?"

"நாளைக்கு மேலிடத்தில் இருந்து கேக்கறப்போவும் இதே சொல்லுவியா?"

"சொல்றேன், ஸார்." - சொல்லிவிட்டு நாகுவைப் பெருமையாய் பார்த்தாள்.

"சரி, நான் இதை விசாரிச்சு ஒரு முடிவெடுக்கறேன். ஒரு வாரத்துக்குள்ள சொல்றேன். அதுவரை இங்க சண்டை சச்சரவு ஏதும் வேண்டாம்."

கூட்டம் கலைய ஆரம்பித்தது. சிலம்பரசன் அகிலாவிடம் "எல்லாம் உன்னாலதானே?" என்றான். அவள் தயங்காமல் "ஆமா, ஆனா நான் பண்ணினது சரிதான்" என்றாள்.

அடுத்த வாரத்தில் தலைமை அலுவகத்திலிருந்து ஓர் அதிகாரி வந்தார். நாகு, அகிலா, கருப்பு, சிலம்பு அழைக்கப்பட்டனர். அவர் நாகுவைப் பார்த்தார் - "முதல்ல உங்ககிட்ட ஒண்ணு கேட்டுக்கறேன். இந்த விசாரணை இன்னும் அவசியம்னு நினைக்கிறீங்களா?"

"ஏன், ஸார்?"

"இல்லம்மா... இதுபோலப் பலரைப் பாத்துருக்கேன். ஆரம்பக் கோபம் அப்பறமா ஆறிப் போயிருது. உங்களுக்கு அப்படி ஏதும் மனமாற்றம் இருந்தாச் சொல்லுங்க."

"இல்ல, ஸார். நடவடிக்கை அவசியம்தான்."

"இது மாதிரி அதிக வேலைப் பளு இருக்கற இடங்களில் இது ஒரு எண்டர்டெய்ன்மெண்டா மாறிடுச்சும்மா. யாரையாவது பத்தி யாராச்சும் பேசிட்டுதான் இருப்பாங்க..."

"..."

"அது சரின்னு சொல்லல. இங்க வேற பொழுதுபோக்கு இல்ல. உங்களுக்கு போன் கூட அலவ் பண்றதில்ல. ஒருத்தருக்கொருத்தர் பேசிக்கறதுதான் ஒரே பொழுதுபோக்கு. அப்படிப் பேசறப்போ மனுஷ இயல்பு யாரையும் பத்தி நல்லதாப் பேசறதில்ல. அது போர் அடிக்குது. அதனால சுவாரஸ்யம் கூட்டிப் பேச இப்படி ஏதாவது புறணி, சேர்க்கைனு பேசுவாங்க. நாளைக்கே நீங்க ராசி ஆகிப் பேசிக்குவீங்க. நல்லா யோசிச்சு சொல்லு."

"அப்படி எந்த ஆம்பளையப் பத்தியும் பேச மாட்டேங்கறாங்களே, ஸார்."

"உங்ககூட பேசப்பட்டவர் ஒரு அம்பளதானே. என்ன ஒண்ணு, அவர் சீரியஸா எடுக்கல."

"ஏன்னா ஆம்பளைக்கு அது மானப் பிரச்சனைன்னு யாரும் நினைக்கறதில்ல. சிலர் பெருமையாக் கூட நினைக்கறாங்க. பொம்பளைக்குத்தானே இது ஈனப்பேர்!"

"சரிம்மா, விடு. கருப்பு, சிலம்பு நீங்க ரெண்டு பேரும் ஒத்துக்கறீங்களா? பேசினீங்களா?"

"பேசினோம், ஸார். இனிப் பேச மாட்டோம். பத்து வருசமா வேல பாக்கறேன். இதுக்காக வேலைய விட்டுத் தூக்கிடாதீங்க..." - கருப்பு சற்று கலவரமாக இருந்தான். படிப்பறிவற்ற நிலையில், நாற்பது தாண்டிய வயதில் இதே அளவு சம்பளத்தில் புது வேலை தேடுவதில் உள்ள சிரமமும், தயக்கமும் அறிந்திருந்தான். இரண்டு பெண் பிள்ளைகள் வேறு உண்டு.

"நீ என்ன சொல்ற?" - சிலம்பரசனைப் பார்த்துக் கேட்டார்.

“நான் பேசினேன், ஸார். ஊரே பேசுது. இந்தப் புள்ள கேட்டுட்டதால எங்க பேர் வெளிய வந்துச்சு. மத்தவங்க பேர் வரல. இதுக்காக வேலைய விட்டுத் தூக்கினாலும் ஓக்கே...”

சிலம்பு இளமையின் தெனாவட்டில் இருந்தான். அகிலாவை நோக்கி ஒரு அலட்சியப் புன்னகை வீசியபடி சொன்னான் - “இதில்லேன்னா ஆயிரம் வேல. மயிரே போச்சு...”

அதிகாரி விசாரணைக்கு வெகு நேரம் எடுக்கவில்லை. இருவரையும் வேறு கிளைக்கு மாற்றினார். கருப்பு சம்மதித்தான். சிலம்பு மறுத்து வேலையை விட்டுச் சென்றான்.

அடுத்தடுத்த நாட்களில் இந்தச் சம்பவம் அலுவலகத்தில் ஆங்காங்கே பேசுபொருளானது. நாகுவை விட்டுவிட்டனர். “இப்போதான் சேர்ந்தா. பத்து வருசமா இருந்தவனை மாத்த வச்சுட்டாளே! இவ எப்பேர்ப்பட்ட ஆளா இருப்பா!” என்று அகிலா காதுபடவே பேசினர். அப்பேச்சில் ஆணும் பெண்ணும் இணைந்து கொண்டனர். நாகுவுக்கு பணம் தரவேண்டி இருந்து, நாகு திருப்பிக் கேட்டு, அவமானப்பட்ட சிலர் இதில் முனைப்பாக ஈடுபட்டனர்.

அகிலாவிடம் இணக்கத்தைக் குறைத்தனர். “வந்ததுமே புத்திய காட்டிட்டல்ல!” என்றாள் லீலா. அகிலா கண்கள் தளும்ப “அப்ப அவங்க பண்ணினது தப்பில்லையா?” என்றாள்.

“தப்பு சரின்னு பாத்தா நீ பண்ணினதும்தான் தப்பு!”

“உண்மை இல்லாம ஒரு பொண்ணைப் பத்தி இப்படிப் பேசறது எவ்ளோ தப்புன்னு யாருமே யோசிக்க மாட்டேங்கறீங்களே! அவங்க எவ்ளோ சங்கடப்படுவாங்க?”

‘இப்போ இதனால கருப்பு சங்கடப்படல்யா? மாத்தி இருக்கற ப்ரான்ச்சுக்கு ஒன்ற மணி நேரம் போகணும். குடும்பம்னு இருக்கறதால அங்க கஷ்டப்பட்டாச்சும் போறாப்ல. சிலம்பு சின்னப் பையன், கடமைனு ஏதும் இல்லைன்றதால வெளிய போய்ட்டான். உன்னால ரெண்டு பேர் வேலைல பாதிக்கப்பட்டது மட்டும் பரவால்லயாக்கும்?”

“...”

“நீ பேசாம இருந்திருந்தா புள்ளைக்குக் கடனை வாங்கி ஃபீஸ் கட்டி இருப்பான். நாகு பணம் தந்ததே அவனை யோசிக்க வச்சிருக்கும். திருந்திக் கூட இருக்கலாம்ல?”

அகிலா ஏதும் பேசாமல் நகர்ந்தாள். அவளால் அதை ஏற்க முடியவில்லை.

“ஏன்டி உம்முனு இருக்க? சாப்பிடு.” - மதிய உணவின்போது நாகு அதட்டினாள்.

“இல்லக்கா… லீலா இன்னிக்கு என்கிட்ட கருப்புசாமி வேலை மாறினதும், சிலம்பு வேலை விட்டதும் உன்னாலதான், புத்திய காட்டிட்டல்லன்னு கேட்டுச்சு. மனசு கஷ்டமா இருக்கு.”

“அட, அவளை விடு. இங்க சில பொம்பளைங்க இருக்காளுங்க. ஆம்பளைங்களுக்கு சப்போர்ட் பண்ணிப் பேசினா இவளுங்ககிட்ட மயங்கிக் கிடப்பானுங்கன்னு பேசிட்டுத் திரிவாளுங்க. பொம்பளைங்களுக்கு எதிரி பொம்பளதான்னு சும்மாவா சொல்லறாங்க!”

“…”

“இப்போ இவளுக்கு என்ன பிரச்சனையாம்? இவ நல்ல எண்ணத்தோடலாம் சொல்லல. இவ வச்சிருந்த கருப்பன தெனம் பாக்க முடியலைல… அதான் பொலம்பிட்டுத் திரியறா!”

“அக்கா…”

“அப்பறம் நீயே யோசி… இவளுக்கென்ன வேர்த்து வடியுது இப்ப? எனக்கு முன்னமே சந்தேகம். அவனே மூடிட்டு போய்ட்டான். இவ எதுக்கு அவனுக்கு உருவிட்டு இருக்கா இப்ப. நாறச் சிறுக்கி. இவ பவுசெல்லாம் எனக்குத் தெரியாதா? ஊர் மேயற தேவிடியா. முன்னாடி மாணிக்கம்னு ஒரு ஆள் இருந்தான். அவன் கூட தொடுப்புல இருந்தவதான் இவ. இவளை மாதிரியே எல்லாரும் இளிச்சுட்டு இருப்பாங்கன்னு நினைச்சுட்டா.”

அகிலா உணவை மூடி வைத்தாள் - “ஏன்டி? அவள நான் பேசிக்கறேன். நீ சாப்பிடு.”

“பசிக்கலக்கா…”

கை கழுவும் இடத்தில் யாரோ ஓர் ஆண் குரலும், பெண் குரலும் பேசுவது கேட்டது

“சிலம்புக்கும் அகிலாவுக்கும் ஒரு லைன் ஓடிட்டிருந்துச்சு. அதுல ஏதோ பிரச்சனையாகி அந்தக் கடுப்புலதான் அந்தப் புள்ள அவனைப் போட்டுக் கொடுத்துருச்சாம்...”

“இந்த ஒட்ரக்குச்சியை அவன் லவ் பண்ணினானா? என்ன மட்டமா இருக்கு அவன் டேஸ்ட்? இவளுக்கு ஒருத்தன் கிடைக்கிறதே பெருசு, அவனை ஏன் பகைச்சுக்கறா?”

“வேற என்ன... அவனை விட பெட்டரா ஒருத்தன் கிடைச்சுருப்பான்...”

“இன்னொருத்தனா? ஆம்பளைங்க கம்புக்குச் சேலை காட்டினாலும் சுத்துவீங்க.”

“எல்லாரும் உன்னைய மாதிரியே கொப்பும் கொலையுமா இருப்பாங்களா!”

“நீ ஒடனே எனக்கு வசியம் வைக்காத. ஆஞ்சு போடுவேன் ஆஞ்சு...”

சிரிப்பொலிகள் கேட்டன. அகிலாவுக்கு ஏனோ மனதில் ஒரு நிம்மதி படர்ந்தது.

(மே 11, 2024)

★★★

8. குருதிக்கோலம்

'மாவட்ட சமூக நலத்துறை மற்றும் மகளிர் உரிமைத் துறை' என்னும் போர்டுடன் புதிதும் அல்லாத பழையதும் அல்லாத அக்கட்டிடம் அரசு பொது மருத்துவமனை வளாகத்தினுள் ஓர் ஓரத்தில் இருந்தது. நகர் முழுவதிலுமிருந்து 181-ல் அழைத்து அவசர கால உதவிகள் கோரும் பெண்டிரின் அழைப்புகள் யாவும் அங்கேதான் அலறும். அதற்குத் தொடர்பற்று ஓர் அரசாங்க அலுவலகத்துக்கே உரிய சோம்பல் அங்கே நீக்கமற நிறைந்திருந்தது.

அதிகாலை 6:10-க்கு பவித்ரா அவசரமாக உள்நுழைந்தாள். இரவுப் பணியில் இருந்த ரேவதி கிளம்பத் தயாராக இருந்தாள். பவித்ராவைக் கண்டதும் லேசாய் முறைத்தாள்.

"ஸாரி, ஸாரி... கொஞ்சம் லேட்டாயிருச்சு. பாப்பாவுக்கு டிஃபன் பாக்ஸ் கட்டி வச்சுட்டு கிளம்பறதுக்குள்ள 5:30 மணி பஸ் மிஸ் ஆயிடுச்சு. அடுத்த பஸ்ல வந்தேன் அதான் லேட்."

"நீ இவ்ளோ காலைல கிளம்பி வரப்பக் கூட உன் மாமியார் பேத்திக்காகச் சமைச்சுத் தர மாட்டாங்களா? நீயும் வாயத் தொறக்காத. உன் வீட்டுக்காரரும் ஹெல்ப் பண்றதில்ல."

"அது பேசி பயனில்லைன்னுதானே நானே செஞ்சுட்டு இருக்கேன். அவங்ககிட்ட பேசி சண்டை போடற சமயத்துக்கு இன்னும் நாலு வேளைக்கு சமைச்சே முடிச்சுருவேன்."

"இதையே சொல்லு. சரி நான் கிளம்பறேன்." - பணி முடிந்து வெளியேறுவதற்கான கைரேகையைப் பதிந்தாள். பவித்ரா எதிர்ப்புறத்தில் தன் வருகையைப் பதிவு செய்தாள்.

அப்போது மாடியிலிருந்து அலறல் கேட்டது. மல்டி என்றழைக்கப்படும் பணிப்பெண் வேகமாய் இறங்கி "ஐயோ... ஓடி வாங்க, ஓடி வாங்க!" எனப் படியில் நின்று அலறினார்.

அலறல்களும் அழுகைகளும் அங்கே சகஜம்தான் என்றாலும் அதையெல்லாம் தாண்டி பவித்ராவும் ரேவதியும் பதற்றமாய் மேலே ஓடினர். "என்னாச்சு?" பவித்ரா வியர்த்து மூச்சுவாங்கிக் கொண்டே கேட்டாள். பால்கனியிலிருந்து மல்டி பெண் கீழே கைகாட்டினாள்.

நான்கு நாள் முன் வந்த கேஸ் சுப்ரியா மாடியிலிருந்து விழுந்திருந்தாள். அதாவது கீழே குதித்திருந்தாள். "ஐயோ!" பவித்ரா அலறிப் பின்வாங்கினாள். ரேவதி எட்டிப் பார்த்தாள்.

சுப்ரியாவைச் சுற்றி கணிசமான ரத்தம். இன்னும் உயிர் மிச்சம் இருப்பது சுப்ரியாவின் அசைவுகளில் தெரிந்தது. அதற்குள் அங்கு கூட்டம் கூடியது. அனைவரும் கீழே ஓடினர்.

மருத்துவமனை சம்பிரதாயங்கள் முடிந்து அவசரமாய் சுப்ரியாவை அவசர சிகிச்சைப் பிரிவுக்குத் தூக்கிச் சென்றனர். பவித்ரா குளிரிலும் பயத்தில் நடுங்கிக்கொண்டிருந்தாள்.

"திடீர்னு ஏன் இப்படிப் பண்ணுச்சு இந்தப் பொண்ணு?" - ரேவதி பதறிக் கேட்டாள். அவள் இருந்தது நைட் ஷிஃப்ட் என்பதால் எந்தத் தொந்தரவையும் அவள் எதிர்கொள்ளவில்லை.

"நேத்து காலைல அவ புருஷனுக்குக் கால் பண்ணிப் பேசினேன். அவன் இவகூட வாழ மாட்டேன்னு சொல்லிட்டான். இவளைக் கூட்டிட்டு ஓடிப் போன லவ்வர்டயும் பேசினோம். கல்யாணம் ஆகி ஒரு புள்ள இருக்கறதையே சொல்லாமத் தன்னை ஏமாத்திட்டான்னு அவனும் விலகறேன்னு சொல்லிட்டான். அப்புறம் நேத்து மதியம் பூரா அவ கிட்டப் பேசி கவுன்சிலிங் கொடுத்துட்டுதான் நான் கிளம்பினேன். இப்போ இப்படி பண்ணிட்டாளே!"

பவித்ரா சுப்ரியாவின் கதைச் சுருக்கம் சொல்லிக்கொண்டே யோசனையாக நின்றாள்.

சமூக நலத்துறை என்று அடையாளப்பட்டாலும் அங்கே பெண்களின் பிரச்னைகளே ஆலோசனைகளுக்கும் தீர்வுகளுக்கும்

வரும். புருஷன் துரத்தி விட்டது அல்லது அடிப்பது, குழந்தைத் திருமண எச்சரிக்கைகள், பாலியல் தொந்தரவுகள், மாமியார் கொடுமைப் புகார்கள், காவல் நிலையத்திலிருந்து வரும் கவுன்சிலிங் தேவைக்கான அழைப்புகள்...

இங்கு அனைத்திற்கும் மேல் பதவியில் இருப்பவர் கேஸ் அட்மின், அடுத்த நிலைப் பதவி கேஸ் ஓர்க்கர், அதற்கடுத்து மல்டி எனப்படும் கடைநிலை ஊழியர்கள். பவித்ராவும், ரேவதியும் வகிப்பது கேஸ் ஓர்க்கர் பதவி. 24 மணி நேரமும் ஆள் வேண்டும். இன்னொரு பெண்ணும் அவ்வேலையில் உண்டு. மூன்று ஷிஃப்ட் - மாற்றி மாற்றி மூவரும் வருவர்.

இங்கு அனுப்பி வைக்கப்படும் பெண்களுக்கு அவர்தம் குடும்பத்திற்கு ஆலோசனை வழங்க வேண்டும். சூழலை எடுத்துக் கூற வேண்டும். பதினைந்து வயதில் காதலித்து ஓடிச் செல்லும் சிறுமிகளுக்கு கவுன்சிலிங் தந்து வீட்டிற்கு அனுப்பி வைப்பது, குழந்தைத் திருமணம் செய்ய முனையும் பெற்றோரிடம் அதன் தீமைகள், சட்டப்படி ஏன் குற்றம் என்பதை எடுத்துரைத்து அனுப்பி வைப்பது போல தினம் பல கேஸ்கள். இங்கு வரும் மனிதர்கள் கேஸ்களாகத்தான் பார்க்கப்படுவர். கேஸ்களுக்கு ஐந்து நாள் அனுமதி. அதற்குள் கேஸ் ஓர்க்கர்கள் அவர்களுக்கு ஆலோசனை தந்து, குடும்பத்தினரிடம் பேசி அனுப்பி வைத்து விட வேண்டும். அதுவரைக்கும் தங்குமிடமும், உணவும் அரசுச் செலவு.

சுப்ரியாவைக் காணவில்லை என அவள் கணவன் போலீஸில் புகார் கொடுத்திருந்தார். ஐந்து வயதுப் பெண் குழந்தை உண்டு. அதையும் விட்டுக் காதலனுடன் சென்றிருந்தாள். மனைவிக்கு ஏதோ ஆபத்து என்று பதறிப் புகார் தந்தவனுக்கு இரண்டு நாளில் தகவல் வந்தது. அவள் ஓடிப் போய் பழனியில் ஒரு வாலிபனை மணம் செய்து கொண்டதாகவும் கண்டுபிடித்து காவல் நிலையத்தில் வைத்திருப்பதாகவும் தொலைபேசியில் கூறினர்.

காவல் நிலையம் வந்தவர், நம்பிக்கை துரோகத்தைத் தாங்க முடியாது, இனி அவளுடன் வாழ விருப்பம் இல்லை, அவள் விருப்பப்படியே அவனுடன் அனுப்பி வைக்கும்படி கூறிச் சென்று விட்டார். சுப்ரியா காதலித்த வாலிபனோ அவளுக்கு ஏற்கனவே மணமானதே தெரியாது, தன்னிடம் கல்யாணம் மற்றும் குழந்தை

பற்றிச் சொல்லிக் காதலித்திருந்தால் ஏற்றிருப்பேன், இவற்றை மறைத்தவள் இன்னும் என்னென்ன மறைத்தாளோ, எனக்கு வேண்டாம் என்று சொல்லிப் போய்விட்டான். சுப்ரியாவை இங்கே அனுப்பி வைத்தனர்.

அவள் இங்கு வந்து இன்றோடு ஐந்து நாட்கள் நிறைகிறது. நேற்று சுப்ரியாவின் கணவர், காதலன் இருவரிடம் பவித்ரா பேசியும் இருவரும் மசியவில்லை. எனவே பிற்பகல் உணவுக்குப் பின் சுப்ரியாவை அழைத்துக் கொஞ்ச நேரம் பேசிக்கொண்டிருந்தாள்.

“உங்க வீட்டுக்காரர் ரகுவுக்கும் சரி, நீங்க விரும்பின ப்ரகாஷுக்கும் சரி, உங்களோட வாழ விருப்பம் இல்லை. அதனால நாளை உங்களை சேவா மையம் அனுப்பிருவோம், அங்க ஒரு மாசம் தங்கலாம். உங்க வேலைக்கான ஏற்பாடுகளை அங்க செய்வாங்க.”

“...”

“நீங்க வேலை கிடைச்சப்புறம் அறை எடுத்தோ வீடு பார்த்தோ போய்க்கலாம். முறைப்படி விவாகரத்து வாங்கிட்டு இன்னொரு வாழ்க்கையை நல்லபடியா அமைச்சுக்கவும் முடியும். நடந்ததை எல்லாம் விடுங்க. நீங்க இனி உள்ள வாழ்வை சீர்படுத்திக்கிட்டா உங்க கணவரே கூட உங்களைத் திரும்பச் சேர்த்துக்கவும் வாய்ப்பு இருக்குல்ல...”

“எனக்கு அவர் கூடப் போக வேண்டாம்.”

“அவரும் உங்கள வேண்டாம்னுதான் சொல்றாரு” - பவித்ரா குரலில் கடுப்பு வந்தது.

“எனக்கு ப்ரகாஷ் கூடப் பேசணும்.”

“அவன்தான் நீங்க ஏமாத்திட்டீங்க, உங்கள பாக்கவே வேண்டாம்னு சொல்றானேம்மா.”

“அவன் என்னை விட்டு போய்டக் கூடாதுன்னுதான் நான் பொய் சொல்லி ஏமாத்தினதே. இனி பொய் அவசியமில்ல. அவனுக்காகத்தான் புள்ளையக் கூட விட்டுட்டு வந்தேன்...”

“இதுல என்ன பெருமை? நீங்க பண்ணினது அயோக்கியத்தனம். ரெண்டு பேருக்குமே உண்மையா இல்லாம ஒரு வாழ்க்கையை வாழ்ந்துட்டு திமிரா வேற பேசறீங்க...”

பற்களைக் கடித்து மணி பார்த்தாள். சரியாக 2:00 காட்டியது. மகள் பள்ளி முடிந்து வந்து விடுவாள். கிளம்ப வேண்டும். அப்போது தொலைபேசி அழைக்க, எடுத்துப் பேசினாள் -

“ஹலோ சோஷியல் வெல்ஃபேர்...”

“...”

“எங்கீங்க?”

“...”

“நீங்க அவங்களுக்கு யாரு?”

“...”

“காலைல எத்தனை மணிக்கு?”

“...”

“சரி, போலீஸ் ஸ்டேஷனுக்கும் தகவல் சொல்லுங்க. நாங்களும் வந்துடறோம்.”

ஃபோனை வைத்து விட்டு சுப்ரியாவைப் பார்த்துச் சற்றே கோபமாகச் சொன்னாள் -

“பதினாலு வயசுப் புள்ளைக்கு பெத்தவங்களே நாளைக்கு கல்யாணம் செஞ்சு வைக்கப் போறாங்க. யாரோ அவங்க உறவுக்காரங்க ஒருத்தர் மனசு கேட்காம தகவல் சொல்றார், ஒரு குழந்தை வாழ்க்கை கெட்டுடக்கூடாதுன்னு. நீங்க அஞ்சு வயசுப் புள்ளய விட்டுட்டு உங்க சந்தோஷம் முக்கியம்னு ஓடி வந்துட்டீங்க. இப்பவும் அதப் பத்தின குற்றவுணர்வு கொஞ்சமும் இல்லாம ப்ரகாஷ் வேணும்கறீங்க. புரியுதா, நான் என்ன சொல்றேன்னு.”

“என் வாழ்க்கையை என் இஷ்டப்படி வாழவே கில்ட்டி ஆகணுமா?”

“இல்லதான். ஆனா அதனால மத்தவங்க வாழ்வு பாதிக்குதுன்னா கில்ட்டி ஆகணும். அட்லீஸ்ட் போனது போச்சு. இனி சரி பண்ணிக்குவோம்னாவது இருக்கணும். இப்படி நீங்க வந்துட்டா உங்க பொண்ணு அதனால பாதிக்கப்படாதா? நாளைக்கு அவளை உலகம் எப்படிப் பாக்கும்னு யோசிக்க வேண்டாமா? இது சுயநலம் இல்லையா?”

“என் செய்கையால என் பொண்ணை மதிப்பிடறதோ அவ வாழ்க்கையைப் பாதிக்கற அளவுக்குத் தள்ளறதோ சொசைட்டியோட தப்பில்லையா? ஏன் பிள்ளை வாழ்க்கைக்கு அம்மாவே எல்லாம் பண்ணணும், அவளே தியாகி ஆகணும்னு நினைக்கறீங்க?”

“இந்தாங்கம்மா, நீங்க படிச்சவங்க, புத்திசாலினு புரியுது. ஆனா புருசனுக்குத் தெரியாம இன்னொரு உறவு வெச்சதையும், அந்த உறவு கிட்டயும் கல்யாணத்தை மறைச்சதையும் நியாயப்படுத்தவே முடியாது. கல்யாணம் பிடிக்கலைன்னா நீங்க முறைப்படி பிரிஞ்சு இன்னொரு கல்யாணம் பண்ணிக்கலாம். இப்போ நீங்க பண்ணி இருக்கறது இல்லீகல்.”

“டிவோர்ஸ்லாம் சுலபமா? பொய் சொல்லாட்டி ப்ரகாஷ் என்னை விரும்பி இருப்பானா?”

“கிறுக்குத்தனமா உளறாதீங்க. எந்த விதத்திலும் உங்க கணவனை விட அந்தக் காதலோ காதலனோ உயர்ந்துடப் போறதில்ல. இப்போ ஏத்துக்க மாட்டேன்னு சொல்லிட்டான்ல...”

“உயர்ந்தது தாழ்ந்ததுன்னு இல்ல... ஆனா உண்மையானது அதுதான். ப்ரகாஷ்தான்!”

“பொறுமையச் சோதிக்காதீங்க. புருஷனாவது கட்டின தாலிக்காக நாளை மனம் மாறி உங்கள ஏத்துக்கலாம். இந்த ஆள் எல்லாம் வாய்ப்பே இல்லை. சரி, நான் கிளம்பறேன்.”

“ப்ரகாஷ்கிட்ட நான் பேசினா என்னைப் புரிஞ்சுப்பான்.”

“முட்டாளா நீங்க? ஏழு வருஷம் கூட வாழ்ந்த புருஷனை நீங்க புரிஞ்சுக்கலை. அவரும் உங்களைப் புரிஞ்சுக்கலை. இதுல ஏமாத்தி பொய் சொல்லி லவ் பண்ணினவன் நீங்க ரெண்டு நிமிஷம் பேசியதும் புரிஞ்சுப்பானா? இது என்ன சினிமாவா, சொல்லுங்க?”

“எனக்கு அவன்ட்ட பேசணும். சரியாகிடும் எல்லாம்.”

தலைகுனிந்தபடி சொல்லும் சுப்ரியாவைப் பார்க்க ஒரு கணம் பாவமாக இருந்தது பவித்ராவுக்கு. காதல் எவ்வளவு அபத்தமானது! பெருமூச்சுவிட்டபடி சொன்னாள் -

“இன்னிக்குதானே பேசினேன். நாளை ஒரு முறை பேசிப் பாக்க முயற்சி பண்ணலாம், ஆனா நிச்சயம் ஏத்துக்க மாட்டார். உங்க லைஃபை சரிபண்ற வழியைப் பாருங்க.”

அடுத்த ஷிஃப்டுக்கு ஆள் வந்துவிட, பவித்ரா வாரிச் சுருட்டிக் கிளம்பிவிட்டாள். அவள் முதுகையே வெறித்தபடி சுப்ரியா அமர்ந்திருந்ததை அப்போது பவித்ரா உணரவில்லை.

இப்போது சரியாக தன் ஷிஃப்ட் தொடங்கும் நேரம் இரண்டாம் தளத்திலிருந்து குதித்துவிட்டாள். குற்றவுணர்ச்சியும் எரிச்சலுணர்வும் ஒருசேர மனதில் எழுந்தது பவித்ராவுக்கு.

ஒரு மணி நேரத்தில் கேஸ் அட்மின் உட்பட அனைவருக்கும் விசாரணை நடந்தது.

“ஏன்மா, உங்க பொறுப்பில்தானே விடறோம். எப்படி இவ்ளோ அலட்சியமா இருக்கீங்க?”

“காலைல அஞ்சு மணி வரை ரவுண்ட்ஸ் போனேன், ஸார். ஆறு மணிக்கு மேல அடுத்த ஷிஃப்டுக்கு பவித்ரா வந்ததும் கிளம்ப ரெடி ஆனேன். அப்ப இப்படி பண்ணிருக்காங்க.”

“அப்போ அந்தப் பொண்ணு விழுந்தப்போ உன் ட்யூட்டி டைம் முடிஞ்சுருச்சா?”

“ஆமா…”

ரேவதி தெளிவாக எல்லைக்கோடு போட்டுக் காட்டியதும் பவித்ரா சொன்னாள் -

“ஸார், நானும் அப்போதான் உள்ளயே வந்தேன். அதுக்குள்ள கீழ விழுந்துருச்சு.”

“என்னம்மா பொறுப்பில்லாம ஆளாளுக்கு மாத்தி மாத்திப் பேசறீங்க?”

அந்த அதிகாரி கேஸ் அட்மினிடம் திரும்பிக் கடுமையான முகத்துடன் சொன்னார் -

“ரெண்டு பேருக்கும் மெமோ குடுங்க. இனி நைட்ல கடுமையான கண்காணிப்போட இருக்கணும். இங்க வர்றவங்களில் பலரும் டிப்ரெஷன்லதான் வராங்க. நாமதான் பார்த்துக்கணும். நாளைக்கு

சேவா மையத்துக்கு அனுப்பிடுவோம், இனி தனக்குனு யாரும் இல்லைன்னுதான் அந்தப் பொண்ணு கீழ குதிச்சுருக்கு. நல்லவேளை சாகல. செத்திருந்தா இது மீடியா வரைக்கும் போய்ப் பெரிய பிரச்சனையாகி இருக்கும்."

"..."

"இனி ஒரு முறை இப்படியெல்லாம் நடந்தா டிஸ்மிஸ்தான் பண்ண வேண்டி வரும்."

"ஸாரி ஸார்" - ஒன்றுபோல் கூறினர். இருவருக்கும் மெமோ அளிக்கப்பட்டது. அவ்வருடச் சம்பள உயர்வும் நிறுத்தி வைக்கப்படும் என்று பேசினர். பவித்ரா விசாரணை முடிந்து இருக்கையில் அமர்ந்தும் பதற்றம் குறையாமல் இருந்தாள். அவள் கண்ணில் சுப்ரியா விழுந்து கிடந்த குருதிக்கோலம் நிறைந்து நின்றிருந்தது. அவளைப் பார்க்க வேண்டும் என்று தோன்றியது. அவள் மீதான அத்தனை சினத்தையும் மீறி அவளது நிலைக்கான காரணம் அல்லது நியாயம் என ஒன்று இருக்க வேண்டும் என்றே மனம் கணித்தது.

பெண்களுக்குத்தான் எத்தனை மனப் போராட்டங்கள்! தன் ஐந்து வயதுப் பிள்ளையை விட்டு இன்னொரு வாழ்வைத் தேடிச் செல்லும் விழைவு போகிற போக்கில் வருமா என்ன!

அந்தக் குடும்பமும் சூழலும் தந்திருக்கக் கூடிய அழுத்தத்தைப் பலவிதமாகச் சித்தரித்துப் பார்த்தாள். இத்தனைக்கும் பவித்ராவுக்கு இது ஒன்றும் புதிதில்லை. தினம் பலவிதமான விவகாரங்களில் நான்கைந்து கேஸ்களையாவது பார்க்கிறாள். கவுன்சிலிங் தருகிறாள். ஆனாலும் இப்படி யாரும் மாடியிலிருந்து குதித்ததில்லை. பணி முடியக் காத்திருந்தவள் 2:00 மணி ஷிஃப்ட்டிற்கு ஆள் வந்ததும் அவசர சிகிச்சைப் பிரிவை நோக்கி நடந்தாள்.

சுப்ரியாவின் பெயர் சொல்லிக் கேட்டு, தன் அடையாள அட்டை காட்டி அவசர சிகிச்சைப் பிரிவிற்குள் அனுமதிக்கப்பட்டதும் உள்ளே சென்றாள். அங்கிருந்த நர்ஸைப் பார்த்ததும் மலையாளி எனத் தெரிந்தது. டீக்கடை மட்டுமல்ல, சந்திர மண்டலத்தில் மருத்துவமனை கட்டினாலும் அங்கு ஒரு மலையாளி நர்ஸ் இருப்பாள் என்று நினைத்துக்கொண்டாள்.

"சுப்ரியா எப்படி இருக்காங்க?"

"சர்ஜரி முடிஞ்சுருக்கு. குடல்லாம் வெளிய வந்துருச்சு. ப்ளீடிங் ரொம்பவும் அதிகமா இருந்தது. இப்போதைக்கு சர்ஜரி பண்ணி ப்ளீடிங் கண்ட்ரோல் பண்ணி இருக்காங்க. ஸ்பைனல்லயும் அடி பலம் போல! கம்ப்ளீட் எம்ஆர்ஐ எடுக்கணும். அதுக்கு இப்போ அவங்க கண்டிஷன் சரி இல்ல. டாக்டர் சொன்னதுக்கு அப்பறம்தான் எடுக்க முடியும்."

"இப்போ நினைவிருக்கா?"

"போயிட்டு போயிட்டு வருது."

"ம்."

"உயிர் பிழைச்சாலும் லைஃப் கஷ்டம்தான். வாழ்நாள் முழுக்கப் படுக்கைதான்."

பவித்ராவுக்கு ஏனோ நெஞ்சடைத்தது - "சரி, நான் நாளைக்கு வந்து பாக்கறேன்."

"அவங்ககிட்ட பேசணும்னா இன்னும் ரெண்டு, மூணு நாள் கழிச்சே வாங்க."

"சரி."

வீட்டிற்கு வந்து குறித்து எடுத்து வந்திருந்த எண்களை ஒற்றி ரகுவை அழைத்தாள்.

"நாங்க சமூக நலத்துறைல இருந்து கூப்பிடறோம்ங்க."

"நான்தான் மனைவியே வேண்டாம்னு சொல்லிட்டேனே. ஏற்கனவே மன உளைச்சல்ல இருக்கேன். திரும்பத் திரும்பக் கூப்பிடாதீங்க. நான் கேஸ் கூட வாபஸ் வாங்கிட்டேன்."

"அதில்லைங்க. அவங்க மாடில இருந்து குதிச்சுத் தற்கொலை முயற்சி செஞ்சுட்டாங்க."

"ஓ..."

"இப்போ உயிருக்கு ஆபத்தில்லை. ஆனா முடியாம இருக்காங்க. நிறைய அடி. சர்ஜரி ஆகி இருக்கு. கூட யாருமில்லை. மேற்கொண்டு நிலவரம் ஓரிரு நாளில்தான் தெரியும்."

“ம்ம்ம்.”

“நீங்க வந்து பார்க்க முடியுமா?”

“இல்லைங்க, வேண்டாம். அவ சாகணும்னு நான் நினைக்கல. எங்கயோ வாழ்ந்தா போதும்னு நினைச்சேன். இது அவளா தேடிக்கிட்டது. ஒரு துரோகத்தை மனசுல வச்சுக்கிட்டே இனி அவளை நார்மலா என்னால பார்க்கவே முடியாது. விட்ருங்க.”

“ஸார்... ப்ளீஸ் என்ன இருந்தாலும் அவங்க உங்க மகளுக்கு அம்மா. அதுக்காகவாவது அவங்களை வந்து பாருங்க. இதிலிருந்து சரியானா நிச்சயம் திருந்தி வாழ்வாங்க.”

“ஸாரிங்க. அவ்ளோ பெருந்தன்மை எனக்குக் கிடையாது. நான் சராசரி மனுஷன்தான்.”

இணைப்பு துண்டிக்கப்பட்டது. பெருமூச்செறிந்து விட்டு ப்ரகாஷிற்கு அழைத்தாள்.

“சோஷியல் வெல்ஃபேர்ல இருந்து கூப்பிடறோம்ங்க.”

“சொல்லுங்க.”

“சுப்ரியா பத்தி கொஞ்சம் பேசணும்”

“ஸாரிங்க. அதுல இனி பேச ஏதுமில்லை.”

“ஒரு நிமிஷம்... வச்சுராதீங்க. அவங்க சூசைட் அட்டெம்ப்ட் பண்ணிட்டாங்க. நேற்றுவரையிலும் நீங்கதான் வேணும்னு சொல்லி இருக்காங்க. தன் மகளைப் பத்திக் கூடக் கேட்கல. உங்களோடு சேர வாய்ப்பே இல்லைனு புரிஞ்சதும் சாகத் துணிஞ்சுட்டாங்க.”

“...”

“இப்போ மோசமான கண்டிஷன்ல ஐசியூல இருக்காங்க. நீங்க வந்து பார்க்க முடியுமா?”

“இல்லைங்க... எனக்கு அதெல்லாம் பாக்க தைரியமில்லை.” - குரல் உடைந்திருந்தது.

“நீங்க சேர்ந்து வாழறது, வாழாதது பத்தி நான் பேசல. அது உங்க விருப்பம்தான். ஆனா வந்து பாருங்க ஒரு முறை. உங்களுக்காக உயிரை விடற அளவு விரும்பி இருக்காங்க.”

"..."

"வர்றீங்களா?"

"சரி, வந்து பாக்கறேன். அவங்க வீட்டுக்காரருக்குச் சொல்லிட்டீங்களா?"

"சொல்லிட்டேன். எவ்ளோ சொல்லியும் அவர் வர மறுத்துட்டார்."

"சரி, நான் வரேன். இப்போ வெளியூரில் இருக்கேன். நாளை காலைல வரேன்."

"அவங்க பேசற நிலைக்கு வர இரண்டு நாளாவது ஆகும். அப்புறமே வாங்க."

ப்ரகாஷ் வந்தான். பவித்ரா இன்னொரு கேஸ் ஓர்க்கரிடம் சொல்லிவிட்டு ப்ரகாஷுடன் ஐசியூ வந்தாள். "நீங்கன்னா ரொம்ப இஷ்டம் போல!" - அசந்தர்ப்பமாய்ச் சிரித்தாள்.

அவன் மௌனமாய் இருந்துவிட்டு திடீரென, "ஆனா ஏமாத்திட்டாளே!" என்றான்.

"உங்க மனசு புரியுது. ஆனா எல்லாமே உங்களுக்காகத்தான்னு யோசிங்களேன்."

"மேடம், நீங்க என்னை இன்ஃப்ளுயன்ஸ் பண்ணாதீங்க, ப்ளீஸ்!"

"அய்யோ, இல்லைங்க. எனக்குப் பாவமா இருந்துச்சு. அவ்ளோதான்!"

அனுமதி பெற்று வார்டுக்குள் நுழைந்தனர். சுப்ரியா இன்று மயக்கத்தில் இல்லை. வலி மிகுந்திருப்பது பார்த்தாலே தெரிந்தது. மல்லாந்திருந்தாள். உணவு உட்கொள்ள முடியாத அளவு குடல் பாதித்திருந்ததால் சலைன் இறங்கிக்கொண்டிருந்தது. அடிவயிற்றிலிருந்து கிளம்பிய குழாய் படுக்கையின் பக்கவாட்டிலிருந்த மூத்திரப் பையில் போய் முடிந்தது.

ப்ரகாஷைப் பார்த்ததும் சுப்ரியாவின் கண்கள் ஒரு கணம் விரிந்தன; கலங்கின.

பவித்ரா அவசரமாக "சுப்ரியா, உங்க நிலைமை மோசம். உணர்ச்சிவசப்படாதீங்க."

“நல்லா இருக்கியா, ப்ரகாஷ்?”

“ம்.”

“நீங்க பண்ணின முட்டாள்தனத்தை உங்க வீட்டுக்காரர்கிட்டயும் சொன்னேன். அவர் வரல. இவர்கிட்டயும் சொன்னேன்...”

“இவன் மட்டும்தான் வருவான்னு தெரியும். ஏன் இவ்ளோ பெரிய பொய்யை சொல்லிட்டு அவன் கூட போனேன்னு இப்பவாவது புரியுதா? இவன் ஒருத்தனால மட்டும்தான் எந்த நிலையிலயும் என்னைச் சரியா எடுத்துக்க முடியும். அதனாலதான் அவ்ளோ லவ்!”

“சுபி, ரொம்ப வலிக்குதா?” - அவன் குரல் தழுதழுத்தது

“நீ வேண்டாம்னு சொன்னதைவிடக் கம்மிதான்.”

“ஆனா நீ பண்ணினது ரொம்பத் தப்பு, சுபி.”

“தெரியும். அதுக்குதான் தண்டனை குடுத்துக்கிட்டேன். உன்னை ஏமாத்தினதுக்காக...”

“எந்நிலையிலும் புரிஞ்சுப்பார்னா கல்யாணம் ஆனதை முன்பே சொல்லிருக்கலாமே?”

“ஆமா. ஆனா அப்ப பயமா இருந்தது. எக்காரணத்தைக் கொண்டும் இவனை இழந்துடக் கூடாதுன்ற பயம்... அது நியாயமில்லைதான். ஆனா நிச்சயம் எதோ ஒரு சந்தர்ப்பத்தில் சொல்லி இருப்பேன். அந்த நேரம் வரதுக்குள்ளயே எல்லாம் நடந்து முடிஞ்சிருச்சு...”

தேம்ப ஆரம்பித்தாள். “சரி சரி, அழாதீங்க. இப்போ ஸ்ட்ரெய்ன் பண்ணிக்காதீங்க...”

“உன்கிட்ட மன்னிப்பு கேக்கணும்னு நினைச்சேன். அதுக்குதான் பாக்க விரும்பினேன். உன்னை வர வைக்க வேற வழி தெரியல. நீ இனி போய்க்கோ. எல்லாத்துக்கும் ஸாரி.”

“சுபி...”

“என் காதல் தப்பில்லைனு எனக்கு நானே உறுதிப்படுத்திக்கிட்டேன். அவ்ளோதான்.”

“முதல்ல உனக்கு சரியாகட்டும். இதெல்லாம் அப்பறம் பேசிக்கலாம், சுபி.”

“அது இனி ஆகாது. அதிகபட்சம் ஒரு மாசம் வாழ்ந்தாப் பெருசு. நீ கிளம்பு.”

“இல்ல...”

“கிளம்பிடு ப்ரகாஷ். இது ஏதுமில்ல. இது என் கடைசி ஆசைன்னு எடுத்துக்கோ.”

சொல்லிவிட்டு சுப்ரியா கண்களை மூடிக்கொண்டாள். பவித்ரா புரியாமல் விழித்தாள். சற்று நேரம் அழுது கொண்டே அவளருகிலேயே நின்றுவிட்டு ப்ரகாஷ் கிளம்பி விட்டான்.

பவித்ரா தன் இருக்கைக்கு வந்து ரேவதிக்கு அழைத்தாள். நடந்ததைச் சொன்னாள்.

“பைத்தியமா இவ? ஒரு மன்னிப்பு கேக்கறதுக்காக இவ்ளோ பெரிய ரிஸ்க் எடுப்பாளா?”

“அது வெறும் மன்னிப்புக்கு இல்ல. புருஷனை விட்டுட்டு ப்ரகாஷை லவ் பண்ணினது நியாயம்தான்னு நிரூபிக்க நினைச்சிருக்கா. அல்லது தனக்குத் தானே நிரூபிச்சுருக்கா.”

“அப்படி நிரூபிச்சு இப்போ என்ன சாதிச்சா?”

“யோசிச்சா ஒண்ணுதான் தோணுது.”

“என்ன?”

“உண்மைல உலகத்துல அதிக மோசமான செயல்களைச் செய்ய வைப்பது பகையோ, கோபமோ வெறுப்போ பயமோ கிடையாது. அன்புதான். ஒண்ணு நமக்குப் பிடிச்சவங்க மேல நாம வைக்கற அன்பு, இன்னொண்ணு நம்ம மேல யாரேனும் வைக்கற அன்பு. எத்தனை கொலை, எத்தனை தற்கொலை, எத்தனை எத்தனை ரத்தம் சிந்தியிருக்கு!”

“என்னத்த அன்போ! ஆனா அந்த அன்பை அவளும் அவ புருஷன் மேல வைக்கல. அவ புருஷனும் அவ மேல வைக்கலயே! அவளைப் பாக்கக் கூட வர மாட்டேன்னுட்டானே!”

“இன்னொரு விஷயம் இருக்கு. நமக்கு பிடிச்சவங்க மேல அடுத்தவங்க வைக்கற அன்பு. அது இன்னும் ஆழமான மோசமான முடிவுகளுக்குத் தள்ளும். ரகுவோடது அதுதான்!”

ரேவதி சுவாரஸ்யமில்லாமல் “ம்” கொட்டினாள். பவித்ரா இணைப்பைத் துண்டித்தாள்.

குருதிக்கோலமிடாமல் அன்பு வைக்கவும் அதைத் திரும்பப் பெறவும் அதைத் தனக்கே தக்க வைக்கவும் முடிந்தவர்கள்தாம் எவ்வளவு அதிர்ஷ்டசாலிகள் எனத் தோன்றியது!

(ஜூன் 9, 2024)

★★★

9. வாழ்தலினிது

சுமிக்கு வாட்ஸாப்பில் குரல் செய்தி அனுப்பிய மூன்று நிமிடங்களில் நீலக் குறி வந்துவிட்டது. ஆனால் பதிலில்லை. எரிச்சலாக இருந்தது. அவளுடனான உரையாடலை நிரடிப் பார்த்தேன். கடந்த ஆறு மாதங்களாக என் பக்கமிருந்து மட்டுமே தட்டச்சியும் பேசியும் செய்திகள் சென்றிருக்கின்றன. உடனே பார்த்தும் பதில் இருப்பதில்லை.

மனதில் எழுந்த வெறுப்புக்கும், வசைச் சொற்களுக்கும் வடிகால் தேவைப்பட்டது. அதையும் அவளுக்கே செய்தியாக அனுப்பி விட எத்தனிக்கும் போது வாசல் அழைப்பு மணி அடித்தது. அலைபேசியை வைத்து விட்டுப் போய்க் கதவைத் திறந்தேன்.

“விளக்கு வச்சப்பறம் கொஞ்ச நேரம் கதவைத் திறந்து வைக்கலாம்ல? அப்படிப் பூட்டி வச்சுட்டு என்னதான் பண்ணுவியோ?” - மதன் சலிப்பாகக் கேட்டபடி உள்ளே வந்தார்.

முன்னொரு நாள் ஏழு மணி வரை கதவு திறந்திருந்த போது, “மணி ஏழாச்சு, கதவைச் சாத்தலாம்ல. ஊர்ல உள்ள கொசு பூரா நம்ம வீட்ல வந்து உக்காந்து நைட் என்னைத் தூங்க விடாம பண்ணணுமா?” என்று கத்தியது நினைவு வந்தது. சண்டையிடவோ, போராடவோ தெம்பில்லாமல் தோற்றுப்போவது எனக்கு மிகப் பழகிவிட்டது.

அமைதியாக சமையலறைக்குச் சென்று காஃபி போட பாலைக் கொதிக்க விட்டேன்.

“நான் கேட்டுக்கிட்டே இருப்பேன். மயிரே போச்சுன்னு நீ போயிருவ. அப்படித்தானே?”

“நானும் இப்போதாங்க உள்ளே வந்தேன். வந்ததும் கதவைச் சாத்திட்டு கொஞ்ச நேரம் சோஃபால படுத்துட்டேன். டயர்டா இருந்துச்சு.”

“சாயங்காலம் படுத்தா எப்படி வீடு வெளங்கும்? அதான் தரித்திரம் பிடிச்சு ஆட்டுது.”

“இனிமே பண்ணலைங்க...”

மதன் காஃபி குடித்துக் குளியலறைக்குள் சென்றதும் மீண்டும் மொபைல் எடுத்துப் பார்த்தேன். சுமியிடமிருந்து பதிலில்லை. வந்த கடுப்பில் வேகமாகப் பேசினேன்.

“சுமி, ப்ளீஸ்! என் நிலைமையப் புரிஞ்சுக்கோ. என் புருஷனப் பத்தி உனக்குத் தெரியும்ல? அவருக்குத் தெரியாம நீ கேட்டேன்னு அந்த ரெண்டாயிரத்தை அனுப்பி வச்சேன். ஒரு வாரத்தில் தரேன்னு சொன்ன. ஆறு மாசமாச்சு. இது உனக்குச் சின்னத் தொகையா தெரியலாம். ஆனா புருசனுக்குத் தெரியாமக் கொடுத்துருக்கேன். என் மோதிரத்தை அடமானம் வச்சு அவரைச் சமாளிச்சேன். மோதிரம் தொலைஞ்சிருச்சுன்னு இன்னொரு பொய். இப்படித் தேவையே இல்லாம என் புருசனை நான் ஏமாத்திட்டு இருக்கேன். அவருக்கு எப்போ இது தெரிஞ்சாலும் நான் செத்தேன். புள்ளைக்கு உடம்பு சரியில்ல, ஹாஸ்பிடல் போகணும்னு கேட்டு வாங்கின. அந்தக் காரணத்தை நம்பி அனுப்பினேன். இப்ப பதிலே வர்றதில்ல. இருந்தும் பூட்டின வீட்டு முன்னாடி நின்னு பேசற மாதிரி அனுப்பிக்கிட்டே இருக்கேன். உனக்கு நான் என்ன பேசறேன்னு உறைக்குதா, சுமி?”

அனுப்பிவிட்டு நிமிர்ந்து பெருமூச்சொன்றை இழுத்தேன். டிஃபன் வேலை கவனிக்கும்போது மனம் சஞ்சலமானது. எப்படியான நட்பையும் பணம் சுக்குநூறாக்கிவிடுகிறது!

அரசுக் கல்லூரியில் இளங்கலை முடித்தபின் குடும்பச் சூழல் காரணமாக வேலை தேட வேண்டிய நிர்ப்பந்தம். நேர்முகத் தேர்வில் எல்லாக் கேள்விகளுக்கும் “தெரியாது சார், சொல்லித் தந்தா கத்துப்பேன்” என்ற அறியாமை பதிலைச் சொல்லி இரண்டு, மூன்று இடங்களில் நிராகரிக்கப்பட்டபின் ஒரு கம்ப்யூட்டர் சென்டரில் வேலைக்குச் சேர்ந்தேன்.

அது ஒரு கல்லூரி வளாகத்திற்குள் இருந்தது. மாணவர்களின் ஆய்வுக் கட்டுரைகளை டைப் செய்வது, ப்ரிண்ட்அவுட்கள் எடுத்துத் தருவது, அவர்களே தட்டச்சு செய்துகொண்டுவரும் தீசிஸ்களை ஒழுங்காக அலைன் செய்து புத்தகமாக பைண்ட் செய்வது போன்ற வேலைகள். அங்கு ஏற்கனவே வேலை செய்து வந்த சுமி பனிரெண்டாம் வகுப்பு முடிந்து அதே பணிகளைச் செய்து வந்தாள். எங்கள் இருவருக்கும் கிட்டத்தட்ட ஒரே வயதுதான்.

தீசிஸ்கள் எப்படி இருக்க வேண்டும், எந்தவிதமாக அவற்றை ஒழுங்கு செய்ய வேண்டும் என்றெல்லாம் எனக்குச் சொல்லித் தந்தவள் சுமிதான். சில நாட்களிலேயே எனக்கு வேலை பழகி விட்டது. சுமியை விடவும் விரைவாக தட்டச்சவும் கற்றுக் கொண்டேன்.

எந்நேரமும் மாணவர்கள் வருவதும், போவதுமாக இருக்கும் பரபரப்பான மையம். எட்டு கணிப்பொறிகளும், ப்ரிண்டர்களும் இருந்தன. ஆறு பெண்கள் பணிபுரிந்தோம். ஒன்றில் முதலாளி அமர்ந்திருப்பார். சிறு தடுப்புப் போட்டு ஜெராக்ஸ் மெஷினும் போட்டிருந்தார். அங்கு செல்வி அக்கா பணியில் இருந்தார். செல்வி அக்கா முதலாளிக்கு நெருங்கிய சொந்தம். முதலாளி இல்லாத நாட்களில், நேரங்களில் அவர்தான் முதலாளி. எனவே அவரிடம் எல்லாரும் உண்மையாகவோ போலியாகவோ ஒரு குழைவுடன் இருப்போம்.

“சாப்டீங்களாக்கா?”, “டீ குடிச்சீங்களா?”, “தண்ணி வேணுமா?”, “ரொம்ப நேரமா நிக்கறீங்களே, உக்காருங்க!” என்று அவரைக் காணும்போதெல்லாம் அவசியமற்று ஓர் அக்கறை காட்டுவோம். அதற்கான பதிலாக அவர் எப்போதும் இறுக்கமான முகத்துடன், “உங்களுக்கு வேலை இல்லையா? போய் வேலையைப் பாருங்கடி” என்று விரட்டுவார். எதுவும் கேட்கவில்லை எனில், “அங்க வெட்டியாத்தானே சீட்டைத் தேச்சுட்டு இருக்கீங்க? எனக்கு ஸ்பைரல் பைண்டிங் பண்ண கொஞ்சம் ஹெல்ப் பண்ணலாம்ல?” என்பார்.

சமயங்களில் எனக்கு மதனின் பேச்சு, செயல்கள் செல்வி அக்காவை நினைவுபடுத்தும்.

இயல்பிலேயே தயக்கமும், தாழ்வுமனப்பான்மையும் கொண்ட நான் உம்மென்றுதான் இருந்தேன் ஆரம்ப நாட்களில். சுமிதான் எப்போதும் சிரித்தபடி இருப்பாள். உருண்டை வட்ட முகமும், வயதிற்குரிய இயல்பைவிட சற்று குண்டான தோற்றமும் கொண்டவள். அது அவளுக்குக் கூடுதல் குழந்தைத்தன்மையைத் தந்திருந்தது. என் குடும்பச் சூழல் என் முகத்தில் எப்போதும் ஒரு சோகக் களையைத் தந்திருந்தது. அதற்கு எதிர்துருவம் சுமி! எல்லோரையும் கேலியும் கிண்டலும் செய்தபடி திரிவாள். அவை சில சமயம் மோசமான கெட்ட வார்த்தைகளுடன் இருக்கும். ஆனால் யாரும் கோபப்படாமல் சேர்ந்து சிரிப்பர்.

நாங்கள் நட்பாக ஆரம்பித்த நாட்களில் ஒருமுறை கேட்டேன் - "எப்படி எப்போ பாரு சந்தோஷமாவே இருக்க? எனக்கெல்லாம் தினம் கவலைப்பட விஷயம் கிடைச்சுருது."

"எனக்கென்ன கவலை? கேட்க யாருமில்லை. நான்தான் ராஜா நான்தான் மந்திரி!"

"உங்க வீட்ல உன்னைத் திட்ட மாட்டாங்களா?"

"வீட்ல திட்ட யாராவது இருந்தாத்தானே? அம்மா அப்பா ரெண்டு பேரும் இல்லை. ஸ்கூல் படிக்கறப்போவே இறந்துட்டாங்க. அண்ணன் மட்டும்தான். நாந்தான் அவனைத் தினம் திட்டிட்டு இருக்கேன். குடிக்காம வீட்டுக்கு வரவே மாட்டான், பாடு..."

"ஓ! ஸாரி. ஆனா என்ன நீ, அண்ணனையே கெட்ட வார்த்தைல திட்டற?"

"வார்த்தைல என்ன இருக்கு? எனக்குப் பழகிருச்சுடி. இப்படித்தான் திட்டவே வரும்."

"உனக்கு அம்மா அப்பாவை நினைச்சு வருத்தமா இல்லையா?"

"அதெல்லாம் இல்ல. நீ தேவை இல்லாம மூஞ்சிய சாவுகிராக்கி மாதிரி வச்சு ஸீன் போடாம மூடிட்டு வேலையப் பாரு" - சிரித்துக்கொண்டே சொன்னாள்.

அங்கு வரும் கல்லூரி மாணவர்கள் யாவரிடமும் சுமி சகஜமாகப் பேசுவாள். அவர்களில் பணக்காரப் பையன்கள், சாதாரணர்கள் என்ற வேறுபாடுகள் அவளுக்குக் கிடையாது.

“என்னடா உன் ஆளு இன்னிக்கு வரல போல? பஸ்ல காணும்?”

“அவளுக்கு உடம்பு சரி இல்ல. பஸ் ஃபுல்லா பசங்க உன் பின்னாடிதான் அலையறாங்க போல? அவ சொல்லுவா. இந்த சுமிக்காகவே பஸ்ல கூட்டமா ஏறிட்டு வரானுங்கன்னு.”

“ஆமா. என்ன இருந்து என்ன யூஸ்? ஒரே ஒருத்தனைதான் லவ் பண்றேன். ஒரு ஸ்பேர் கூட இல்ல. திடீர்னு இவன் வேண்டாம்னா இன்னொரு சப்ஸ்டிட்யூட் கூட லைன்ல இல்ல.”

“அடிப்பாவி! இரு, இதை ஜெகன்ட்ட சொல்றேன்.”

“சொல்லு. நானே அவன்கிட்ட சொல்லிட்டுதான் இருக்கேன்.”

“உன்னைக் கட்டிட்டு அவன் என்ன பாடுபடப் போறானோ?”

சிரிப்பாள். ஜெகன் குடும்பம் மருதமலை அடிவாரத்தில் ஒரு குடிசை வீட்டில் இருந்தது. குடும்பம் என்றால் அவன், அவனது பெற்றோர் மற்றும் தம்பி என நால்வர். ஜெகன் எட்டாம் வகுப்பு படித்தவன். ஒரு கம்பெனியில் மெஷின் ஆப்பரேட்டராக இருந்தான்.

சுமியின் பின்னால் ஓரளவு வசதியுள்ள கல்லூரிப் பையன்கள் கூட சுற்றினர். அவளது மதமதப்பான தோற்றம், கலகலப்பான பேச்சு, லட்சண முகம், ஈர்க்கும் சிரிப்பு என்று அவளால் கவரப்பட்டவர்கள் அநேகம். அவளது சகஜமான பேச்சைக் காதல் என்று நம்பி அணுகிய ஆண்களும் உண்டு. “உன்னையும் பிடிச்சுருக்குதான். ஆனா ஏற்கனவே ஒரு வெளங்காதவனை லவ் பண்றேனே” என்று அதற்கும் கிண்டலாகப் பதில் சொல்வாள்.

ஜெகனின் பிறந்த நாளுக்கு அவள் பீர் பாட்டிலை வாங்கிப் போய்ப் பரிசளித்ததை அறிந்து நான் அதிர்ந்துபோனேன் “என்னடி சொல்ற? நீ பீர் வாங்கிட்டு போனியா?”

“ஆமாடி... அவன் குடிச்சுட்டுப் பேசறது எனக்கு ரொம்பப் பிடிக்கும்.”

அவளை எனக்கு மிகப் பிடித்துப் போக போலித்தனமற்ற குணம் மட்டும் காரணமில்லை. அவள் என் இயல்புக்கு நேரெதிரானவளாக இருந்தாள். என்னால் வெளிப்படையாக பேச முடியாததை எல்லாம் அவள் பேசினாள். என்னால் நடத்த

முடியாத பல செயல்களை அவள் நிகழ்த்திக் காட்டினாள். நான் ஆக விரும்பியவள் அவள் என்று தோன்றியது.

“நேத்து நைட் எங்கண்ணன் நைட் டூட்டி. ஜெகன் எங்க வீட்டுக்கு வந்தான்.” - சிரிப்பாள்.

“என்னடி சொல்ற? அவசரப்படாதே. ஏதாச்சும் பிரச்சனை ஆகிடப் போகுது.”

“அதெல்லாம் அவசரப்பட்டு ஒரு வருஷமே ஆகுது. பலமுறை நடந்திருச்சு.”

அதிர்ந்து பார்த்தேனே தவிர அருவருப்பாக ஒதுக்க இயலவில்லை. பத்து, பன்னிரண்டு வருடங்களுக்கு முன் இதுபோன்ற விஷயங்கள் எல்லாம் எங்களைப் போல நடுத்தர வர்க்கத்தினரிடையே அரிது. அல்லது நடந்தாலும் வெளிப்படையாக அது குறித்துப் பேசிக் கொள்ள மாட்டார்கள். ஆனால் இயல்பான முத்திரை குத்தலான ‘நடத்தை சரி இல்லை’ என்ற எண்ணம் அவள் பற்றி வரவில்லை. நட்பு யாவற்றையும் நேர் செய்கிறது என்பதைவிட ஜெகன் மீதான அவளது காதலை உணர்ந்திருக்கிறேன். இத்தனைக்கும் அவள் அவனைக் குறித்து சிலாகித்தோ, நெகிழ்ந்தோ கூட பேச மாட்டாள்தான்.

‘இந்தப் பரதேசி நேத்து என்கிட்ட கண்டக்டர்கிட்ட ரொம்பப் பேசாத. அவன் சரியில்லனு சொல்றான்டி. இவன் என்னமோ ரொம்ப ஒழுக்கம் மாதிரி. என்கிட்ட எது பிடிச்சு என்னை லவ் பண்ணினேனு கேட்டதுக்கு என்ன சொன்னான் தெரியுமா?” என்று கண்ணடிப்பாள்.

“உனக்கும் வெக்கம் கிடையாது. அந்த ஜெகனுக்கும் விவஸ்தை கிடையாது. நல்ல ஜோடிதான். சீக்கிரம் கல்யாணத்தைத்தான் பண்ணித் தொலைங்களேன்.”

“வீடு கட்டணுமாம் அவன். அப்பறம்தான் கல்யாணம்கறான். அதும் நியாயம்தான். அவன் தம்பி, அம்மா, அப்பா எல்லார் முன்னாடியும் எப்படி? தனி ரூம் வேணும்ல.”

நான் தலையில் அடித்துக்கொள்வேன்.

என் குடும்பச் சூழலில் மொத்த சம்பளத்தையும் அம்மாவிடம் கொடுத்துவிடுவேன். சுமி வீட்டுச் செலவு போக நகைச்சீட்டு

போட்டிருந்தாள். சிறிது சிறிதாகச் சேர்த்து வைத்த நகைகள் பத்துப் பவுன்கள் இருந்தன அவளிடம். ஜெகன் வீடு கட்ட வங்கிக் கடன் வாங்கி இருந்தான். பற்றாக்குறைக்கு தன் நகைகளைத் தூக்கிக் கொடுத்தாள். எல்லாரிடமும் எரிந்து விழுந்த செல்வி அக்காள் கூட சுமியை அழைத்து அறிவுரை கூறினாள்.

"உனக்குக் கல்யாணமே ஆகல. அதுக்குள்ள எதுக்கு நகையைத் தூக்கி அவன்கிட்ட கொடுக்கற? அவ்ளோ நல்ல வருமானமுள்ள வேலையும் கிடையாது அவனுக்கு. நாளைக்கே நகையை வித்துட்டு உன்னைக் கட்டிக்காம விட்டுட்டா என்ன பண்ணுவ? நான் வட்டிக்கு விடறேன். நம்ம ஓனரே என்கிட்ட கடன் வாங்கி இருக்கார். நீ நகையை என்கிட்ட கொடு. கடனாப் பணம் தரேன். கொஞ்ச கொஞ்சமா அடைக்கச் சொல்லு."

"இல்லக்கா, ஏற்கனவே லோன் வாங்கி இருக்கான். அதுக்கே வட்டி கட்டணும், நகைய வித்து மீதி வேலையை முடிக்கட்டும். அவன் ஒரு சம்பளத்தில் அவங்க வீட்ல நாலு பேர் சாப்பிடணும். அவன் வீடு கட்டறதே எனக்காகத்தான். வீடு கட்டி முடிச்சா கல்யாணம் பண்ணிருவான். அப்பறம் இரண்டு பேர் சம்பளம் இருக்கும். சமாளிச்சுப்போம்."

எங்களில் பலருக்கு ஜெகன் அவளை ஏமாற்றிவிடுவான் என்ற பயம் உள்ளூர இருந்தது. எளிமையாக ஓர் ஓட்டு வீடு கட்டி பால் காய்ச்சினர். பால் காய்ச்சிய நாளில் சுமியை வீட்டிற்கு அழைத்துத் தன் குடும்பத்தினரிடம் அறிமுகப்படுத்தி வைத்தான் ஜெகன்.

"அவளுக்கு யாரும் இல்ல. அண்ணன் மட்டும்தான். பொண்ணு வீடு பையன் வீடு எல்லாம் நாமதான். கோவில்ல வச்சுத் தாலி கட்டினாப் போதும். சீக்கிரம் கல்யாணம் முடிக்கணும்."

தம்பிக்கு ஏற்கனவே விஷயம் தெரியும். சம்பாதிக்கும் மகனை எதிர்க்கப் பெற்றோரும் துணியவில்லை. அடுத்த முகூர்த்தத்தில் திருமணம் மருதமலை கோவிலில் நடந்தது.

"இனிமேலாவது வாயடிக்கறதைக் குறைச்சுட்டுக் குடும்பப் பொண்ணா நடந்துக்கடி." கூட்டத்தில் யாரோ அக்காள் ஒருவர் சுமியைப் பார்த்துக் கத்தினாள்.

"அதெல்லாம் முடியாது. நான் எப்போவும் போலதான் இருப்பேன்."

"எல்லாம் முடியும். ஓவரா பேசினா நான் அடைச்சுருவேன்."

"என்னமோ நீ புதுசா அடைக்கற மாதிரிதான்." - சுமி ஜெகன் காதில் சொன்னாள்.

ஜெகன் திடுக்கிட்டுக் கிசுகிசுத்தான் - "ஏய், நான் வாயைச் சொல்றேன்டி."

சுமிக்கு பின்னால் நின்றிருந்த எனக்கு அது நன்கு காதில் விழுந்தது. அடக்க முடியாமல் சிரிப்பும், 'இதுங்க திருந்தவே திருந்தாதுங்க' என்ற மகிழ்ச்சியும் சேர்ந்துகொண்டது.

அதன் பின் சுமி நினைத்தது போல் அங்கே வேலைக்கு வரவில்லை. அடுத்த மாதமே கருத்தரித்தாள். இப்போது பத்து வருடங்கள் ஓடிவிட்டன. இரண்டு குழந்தைகள். முதல் குழந்தை பிறந்த போது பார்க்கச் சென்றிருந்தேன். அறுவைச் சிகிச்சை செய்து குழந்தையை எடுத்திருந்ததால் சுமி சோர்வுடன் படுக்கையில் இருந்தாள். மாமியார் அவளுக்கு உடை மாற்றிவிட்டு, பழைய துணிகளைத் துவைக்க எடுத்துச் சென்றாள்.

"என்னடி, எப்படிப் பாத்துக்கறாங்க? எல்லாம் ஓகேவா?"

"இப்போ சானிடரி பேட் கூட மாத்தி விட்டுட்டு போறாங்கடி. எனக்கு மாமியார்லாம் பிரச்சனை இல்ல தங்கம்." பிள்ளையைச் சுட்டி, "இவங்கப்பன்தான் ஒரே பிரச்சனை. சண்டைனா அந்த நாய் கூடத்தான் வரும்" - அதே சிரிப்பு, அதே மகிழ்ச்சி, அதே கேலி.

தாய், தகப்பன் இல்லாத சுமிக்கு புகுந்த வீடு பாரமாகிவிட்டால் என்ன செய்வாளோ என்று ஒரு பயம் எனக்குள் இருந்தது. அவள் இத்தனை மகிழ்ச்சியாக இருப்பதைக் கண்டபின் மனம் நிறைந்து விட்டது. அதன் பின் அவ்வளவாகத் தொடர்பில் இல்லை. என் திருமணம், வேலை மாற்றம் என்று பேச்சுவார்த்தை குறைந்து விட்டது. பிறந்த நாள், திருமண நாள் என வாட்ஸாப் ஸ்டேட்டஸ் பார்த்து வாழ்த்துவது மட்டுமே எங்களுக்குள் இருந்த உரையாடல் என்ற நிலையில் ஆறு மாதம் முன்பு அவள் அழைத்தாள்.

“சின்னப் புள்ளைக்கு சளி கட்டி ரொம்ப சீரியஸா இருக்கு. ஏழாம் மாசம் பொறந்துட்டா. அதனால அடிக்கடி எதாச்சும் வந்துருது. ஏற்கனவே பதினெட்டாயிரம் செலவாயிருச்சு. இப்ப அஞ்சாயிரம் வேணும். உங்கிட்ட இருந்தா அனுப்புடி. அடுத்த வாரம் தந்துடறேன்.”

குழந்தைக்கு உடல்நிலை சரி இல்லை என்ற சொற்கள் என்னை அதற்கு மேல் யோசிக்கவிடவில்லை. மணமாகி ஆறு ஆண்டுகளாகக் குழந்தை இல்லை எங்களுக்கு. அதற்கான மருத்துவச் செலவிற்கான வசதி இல்லை என்பதால் மட்டுமல்ல, பரிசோதனைக்குக் கூட வரத் தயாரில்லாத கணவன் என்பதாலும் இன்னும் மருத்துவரை அணுகவில்லை.

அந்த மாதச் சம்பளப் பணத்தில் இருந்து உடனே ஜெகன் எண்ணிற்கு இரண்டாயிரம் ரூபாய் ஜிபே செய்தேன். பணம் அனுப்பிய செய்தியை சுமிக்குத் தெரிவித்தேன்.

“அஞ்சாயிரம் இல்லடி, இப்போதைக்கு ரெண்டாயிரம்தான் இருக்கு. மீதியை வேற யார்கிட்டயாச்சும் ஏற்பாடு பண்ணிக்கோ. புள்ளைக்கு நல்லாயிடும்.”

அந்த இரண்டாயிரத்திற்கு நான் கணவனிடம் கணக்குச் சொல்ல வேண்டும். சம்பளப் பணத்தை முழுதாகக் கணவனிடம் கொடுத்து விட வேண்டிய நிர்ப்பந்தம் இருந்தது. வீட்டில் வரவு செலவு கணக்கெல்லாம் மதன்தான் பார்த்துக்கொள்கிறார். அதன் பின்னான காரணம் எனக்குத் தெரியும். வசதியற்ற நோயாளி பெற்றோருக்கு நான் எதுவும் பணம் தந்து விடுவேனோ என்ற சந்தேகம் மதனுக்கு எப்போதும் உண்டு.

வசதியான வீட்டுப் பெண்ணைக் கட்டி வைக்கவில்லை. வரதட்சணையாகப் பெரிய தொகை கிட்டவில்லை போன்ற மனக்குறை மதன் பேச்சில் அடிக்கடி வெளிப்படும்.

“எங்கப்பா கொஞ்சம் கூட யோசிக்காம பிச்சைக்காரக் குடும்பத்தில் இருந்து பொண்ணெடுத்துட்டார். கொஞ்சம் வெயிட் பண்ணி இருந்தா நல்ல குடும்பம் கிடைச்சிருக்கும். இந்நேரம் சொந்த வீடு வாங்கி இருக்கலாம்.”

“ஏன் உங்கள கட்டாயப்படுத்தியா கட்டிக்கிட்டேன். அப்போவே

வேண்டாம்னு சொல்ல வேண்டியதுதானே?" - ஒருமுறை அழுத்தம் தாளாமல் கேட்டுவிட்டேன்.

"ஆமாண்டி. அதான் தப்புன்றேன். உன்னைச் சொல்லல, என் தப்புதான் எல்லாம். இப்படி தரித்திரத்தைக் கட்டி வச்சுட்டாங்க. ஆத்திர அவசரத்துக்கு பத்து ரூபா வாங்கீட்டு வான்னு சொல்ல முடியாத நிலைல ஒரு மாமனார் வீடு. குடிக்கக் கஞ்சி இல்லாத வீட்ல இருந்து வந்தாலும் வாய்க்குக் குறைச்சல் இல்ல பாரேன் உனக்கு..."

வசதி இல்லாத பெண்டாட்டி கைப் பட்டால் குற்றம், கால் பட்டால் குற்றம் என்பதுதான் என் நிலை. பிள்ளை பிறந்தால் நிலை மாறும் என்ற எதிர்பார்ப்பும் பொய்த்தபடி இருந்தது.

சுமி கேட்டதும் பணத்தை அனுப்பிவிட்ட நான், உடன் பணிபுரியும் இன்னொரு பெண்ணிடம், "ஒரு ரெண்டாயிரம் தரியா? அடுத்த வாரம் தந்துடறேன்" என்று கடன் வாங்கி கணவனிடம் முழுச் சம்பளத்தைக் கொடுத்தேன். அடுத்த வாரம் பணம் வரவில்லை, ஒரு மாதம் கடந்ததும் யோசனையாகச் சுமியை அழைத்தேன்.

"புள்ள நல்ல இருக்காளா?"

"இப்போ பரவால்லடி, உனக்குக் காசு தரணும்ல? ஜெகன் வேலை விசயமா கேரளா போயிருக்கான். வந்ததும் அனுப்பச் சொல்றேன்."

"சரிடி. மறக்காம அனுப்பிரு. நான் இன்னொருத்தங்களுக்குக் கொடுக்கணும்"

"சரி."

அடுத்தும் ஒரு மாதம் ஓடிவிட்டது. அடுத்த இரு அழைப்புகளுக்கு தவணை சொன்னவள் அதன் பிறகு போனை எடுப்பதே இல்லை. ஜெகனுக்கு அழைத்தாலும் எடுப்பதில்லை. வாட்ஸாப்பிலும் பதில் இல்லை. வேறு வழி தெரியாமல் விரலில் கிடந்த மோதிரத்தை அடமானம் வைத்து அலுவலகப் பெண்ணிடம் பட்ட கடனை அடைத்தேன்.

"மோதிரம் எங்க போச்சுன்னே தெரியலைங்க. பெட்ல விழுந்திருக்குமோ" என்று கணவனிடம் நாடகமாடி இல்லாத மோதிரத்தை வீடு முழுக்கத் தேடினேன்.

"பணம் காசுதான் இல்ல, அறிவுமா இல்ல? கைல போட்டுருந்த மோதிரம் எப்படிக் காணாமப் போகும்? எனக்குத் தெரியாம உங்க வீட்டுக்குக் கழட்டிக் குடுத்திட்டியா?"

"சந்தேகப்பட்டுட்டே இருப்பீங்களா? நான் இங்கயே இருக்கேன். நீங்க வேணா எங்க வீட்ல போய் விசாரிங்க" என்று உரத்துப் பேசினேன். மதன் சில பல விசாரணைகளில் என் வீட்டுக்கு நான் எதுவும் தரவில்லை என்பதை உறுதிப்படுத்திக்கொண்டார். அந்த ஒரு வாரம், பத்து நாள் என்னை அவர் கங்கு நாக்கில் பேசாத பேச்சில்லை.

பிறகும் மாதம் தவறாமல் நான் சுமிக்கு அழைப்பும், செய்தியும் அனுப்பிக்கொண்டே இருந்தேன். சில சமயம் மனம் தாளாமல் "உனக்கு உதவ நினைச்சதுக்கு நீங்க என்னை எவ்ளோ மோசமா அவமதிக்க முடியுமோ அதைப் பண்ணிட்டீங்க" என்றெல்லாம் திட்டி அனுப்பிவிடுவேன். எதற்கும் பதில் இல்லை. மனசுக்குள் ஆபாசமாகத் திட்டுவேன்.

இன்று மதியம் மோதிரம் அடமானம் வைத்த கடையில் இருந்து அழைப்பு வந்திருந்தது - "மோதிரம் வச்சு ஆறு மாசம் ஆச்சும்மா. வட்டியே கட்டல. பதினஞ்சாம் தேதிக்குள்ள வட்டி கட்டி ரென்யூவல் பண்ணிக்கோங்க. இல்லைனா ஏலத்தில் விட்ருவோம்."

"ஐயோ! வேண்டாங்க. நான் வட்டி கட்டிடறேன்."

அரை பவுன் மோதிரம் இன்றைய தேதிக்கு இருபத்தைந்தாயிரம் ருபாய் வரும். அதை ஏலத்தில் விடுவதா? இதை மதனிடம் சொல்லவும் முடியாது. எப்படியாவது மீட்டவுடன் வீட்டில் எங்கேயாவது மோதிரம் இருந்தது என்று சமாளித்துவிடும் எண்ணம்தான் இத்தனை நாளும். அதை இழக்க மனம் வரவில்லை. சுமி வீடு தெரியும். ஒரு மணி நேரப் பேருந்துப் பயணம்தான். நேரடியாகவே சென்று விட வேண்டியதுதான். தீர்மானித்தேன்.

மறுநாள் அலுவலகத்தில் அரை நாள் விடுப்பு எடுத்தேன். மதன் எதேச்சையாக ஒருவேளை அலுவலகத்தைத் தொடர்புகொள்ள நேரிடலாம் என்ற சந்தேகம் வந்தது.

"எனக்கு வயிறு ரொம்ப வலி. நான் டாக்டர்கிட்ட போயிட்டு வீட்டுக்குப் போறேன்."

"வயித்து வலிக்கெல்லாம் டாக்டருக்குச் செலவா? ஓம வாட்டர் வாங்கிக் குடி போதும்."

"இல்லைங்க, வலி அதிகமா இருக்கு. ரெண்டு முறை வாமிட் வேற பண்ணிட்டேன்."

"என்னமோ பண்ணு. காசுக்குப் பிடிச்ச கேடு."

பேருந்தில் இருந்து இறங்கி அரைமணி நேரம் நடந்து சுமியின் வீட்டை அடைந்தேன்.

அவள் மாமியார் இருந்தார். என்னை நினைவில்லை. அவர் கையில் நோஞ்சானாக ஒரு பிள்ளை இருந்தது – சுமியின் இளைய மகளாக இருக்க வேண்டும்.

"சுமி இல்லைங்களா?"

"வேலைக்குப் போயிருக்கா. நீ அவ ஃப்ரண்டா?"

"ஆமாம்மா. வேலைக்குப் போறாளா இப்போ? எப்போ வருவா?" – ஏமாற்றமாய் இருந்தது.

"வந்துருவாம்மா. இங்க பக்கத்துத் தெரு அப்பார்ட்மெண்ட்ல மூணு வீட்டுக்கு வேலைக்குப் போறா. இப்ப வர நேரம்தான். உட்காரு."

"வீட்டு வேலைக்குப் போறாளா?"

"இப்போ கொஞ்சநாளாத்தான். ஜெகனுக்கு வேலை போயிருச்சுல்ல, சொல்லலியா அவ?"

"இல்லம்மா. ஜெகன் எங்க?"

"உள்ளதான் படுத்திருக்கான். போய்ப் பாரு."

தயங்கி நுழைந்தேன். ஜெகன் உறங்கிக் கொண்டிருந்தான். ஆவேசமும் ஆத்திரமுமாக இருந்தது. 'பணத்தை வாங்கிட்டு இப்படி வேலைக்கும் போகாம தூங்கிட்டு இருக்கான்.'

"ஜெகன்..."

விழித்தான். "ஏய் வா, உக்காரு" அருகிலிருந்த நாற்காலியைக் காட்டினான். கைநீட்டி நாற்காலியைக் காட்டும்போது கையைக்

கவனித்தேன். கட்டை விரல் தவிர மற்ற நான்கு விரல்கள் இல்லை. என் பார்வையைப் புரிந்துகொண்டவன் அவனாகவே சொன்னான்.

"மெஷின்ல கையை விட்டுட்டேன். விரல் போச்சு."

"ஓ!"

மனதில் எழுந்த இதரக் கேள்விகளைப் புறக்கணித்தேன். வந்த வேலை முக்கியம்.

"சுமிக்கு மெசேஜ் பண்ணிட்டே இருக்கேன். பார்த்தும் பதில் சொல்றதில்ல. ஒரு அவசர உதவின்னு சுமி கேட்டா, பணம் அனுப்பினேன். ஆனா இவ்ளோ மெத்தனமா இருக்கீங்க."

நாக்கைப் பிடுங்குவது போல அவர்கள் இருவரிடமும் கேட்க நினைத்துதான் வந்தேன் என்றாலும் என் இயல்பை மீறி என்னால் எதுவும் உரத்துப் பேச முடியவில்லை.

"பணம் தந்தப்பறம் பேசிக்கலாம்னு சுமி சொல்லிச்சு..."

"நீ சொல்ற பதில் உனக்கே நியாயமா இருக்கா? உனக்கு என் புருஷன் பத்தித் தெரியல. அவ்ளோ அசிங்கமா கேப்பாரு. சாகலாம்னு இருக்கும். நான் உங்களுக்குப் பணம் தந்ததை மறைச்சு, மோதிரம் அடகு வச்சு சமாளிச்சுருக்கேன். இப்போ அதுக்கு நான் வட்டியும் கட்டணும். சரி, அது என் பிரச்சனை. நீங்க வாங்கின அசலயாச்சும் குடுங்க."

"தந்துருவேன். கொஞ்சம் பொறுத்துக்கோயேன். விரல் இல்லைன்றதால எனக்கு வேலை போயிருச்சு. விரல்கள் கூழாகிருச்சு. அதையெல்லாம் ஆபரேட் பண்ணி எடுத்தோம். செலவு பூரா கம்பெனி ஏத்துக்குச்சுதான். ஆனா இனி வேலை இல்லனு சொல்லிட்டாங்க. கவனக்குறைவா இருந்தேன்னு காரணம் சொல்றாங்க. செட்டில்மென்ட் பணம் வந்ததும் தந்துடறேன். இருக்கற கடன்லாம் அடைச்சுட்டு சொந்தமா ஏதாச்சும் பண்ணலாம்னு..."

"நீங்க என்னமோ பண்ணுங்க. ஆனா என் நிலைமை உனக்குப் புரியுதா இல்லையா?"

"புரியுது. சரி, இரு. சுமி வரட்டும்."

அப்போது சுமி உள்ளே நுழைந்தாள். இன்னும் பெருத்திருந்தாள். அவள் உடல்வாகிற்கு இரண்டு பிள்ளைகள் பிறந்ததும் மேலும் சதை போட்டுவிட்டது. உடையை இறுக்கும் பெரிய தொப்பையுடன் இருந்தாள். அந்த அசந்தர்ப்பச் சூழலிலும் 'நாம் இதே வயதில் கொடியிடையாக இருக்கிறோம்' என்று எனக்கு ஒரு கர்வம் வந்தது. பெண் புத்தி!

"ஹேய் வாடி... இரு டீ போடறேன்."

"அதெல்லாம் வேண்டாம். பணம் வாங்கத்தான் வந்தேன்."

"ஒரு மாசம் வெயிட் பண்ண முடியுமா? இன்னும் இந்த நாய்க்குப் பணம் வரல. எவளை நினைச்சுக் கைய விட்டானோ விரல் போச்சு. அடுத்த மாசம் வந்துரும்னு சொல்றாங்க."

"விரல்தானேடி போச்சு. அதனால ஒரு குறையும் வைக்கலயே. எல்லா வேலையும் ஜம்முனுதானே நடக்குது" - ஜெகன் இளித்தான். "நீ மூடு" அவனை அதட்டினாள் சுமி.

"ஜெகன் தம்பியும் கல்யாணம் பண்ணித் தனியா வேற வீட்டுக்குப் போயிட்டான். உன்கிட்ட மட்டுமில்ல வெளிய நாலஞ்சு பேர்கிட்டயும் கடன் வாங்கிருக்கேன். எல்லாருக்கும் அடுத்த மாசம் தந்துரலாம்னு இருக்கோம். இவனுக்குப் படிப்பும் இல்ல. உடனே வேற வேலை கிடைக்கல. சொந்தமா ஏதாச்சும் பண்றேங்கறான். நானும் இந்தக் கொற மாசப் புள்ளைய விட்டுட்டு முழு நேர வேலைக்குப் போக முடியல. மூணு வீட்டு வேலைக்குப் போறேன். பத்தாயிரம் வருது. அத வச்சுதான் ஆறு பேர் சாப்பாட்டுச் செலவு நடக்குது."

நான் மோதிரக் கதையை சுருங்கச் சொல்லி, "உனக்குப் புரியுதா இல்லையா சுமி. என் புருஷன்கிட்ட நான் பதில் சொல்லணும். வட்டி கட்டாட்டி நகை ஏலத்துக்குப் போயிரும்."

"புரியுது. இப்போதைக்கு உனக்கு வட்டி கட்டினாப் போதுமா?"

"போதும். ஆனா அசல்?"

மாமியார் மடியிலிருந்த பிள்ளையைத் தூக்கினாள். ஒன்றரை வயதுப் பிள்ளை ஆறு மாதக் குழந்தை போல இருந்தாள். காதில் பொட்டு போலத் தோடு. அதைக் கழற்றினாள். பிள்ளை அழுதது

என் வயிற்றை என்னமோ செய்தது. ஆனாலும் அமைதி காத்தேன்.

"எங்கண்ணன் தாய்மாமன் வகையா செஞ்சது இது ஒண்ணுதான்னு இவ்ளோ நாளா கழட்டாம வச்சிருந்தேன். நீ இது வச்சிரு. நான் வேணும்னே பண்ணலடி. ஒவ்வொரு மாசமும் பணம் வந்ததும் தந்துரலாம். அப்பறம் பேசிக்குவோம்னு நினைப்பேன். அதான் உன் வாட்ஸாப்லாம் பார்த்தும் பதில் சொல்லல. சொல்றதுக்குப் பதில் இல்ல. எவ்ளோ முறைதான் அடுத்த மாசம் தந்துடறேன்னு அதே பதிலைத் திரும்பச் சொல்றது. அதுக்குப் பேசாம இருக்கறது மேல்னு தோணிடுச்சு. ஆனா இது இழுத்துட்டே போகுது. ஸாரிடி!"

"..."

"இந்தா இது ஒரு கிராம் தான். ஆனா அஞ்சாயிரத்துக்காச்சும் போவும்ல. நீ இதை வச்சு உன் மோதிரத்தை மீட்டுரு. வட்டிக்கும் எடுத்துக்கச் சொல்லு. அடுத்த மாசமோ அதுக்கடுத்த மாசமோ பணம் வரப்போ உங்கிட்ட காசு தந்து இதை மீட்டுக்கறேன்."

ஜெகனைப் பார்த்தேன். "வாங்கிக்க. அவ இத்தனை நாளா எங்கண்ணன் தந்ததுன்னு என்கிட்ட சீனப் போட்டுட்டு இருந்தா. பெரிய சிவாஜி - சாவித்திரின்னு நினைப்பு. குடிகார அண்ணனுக்கே இந்த பில்டப்பு." சிரித்தான். எப்படி இவர்களால் இப்படி சிரிக்க முடிகிறது? அது சரி அடுத்தவர்களிடம் பணம் வாங்கி விட்டு அவர்கள் நிலை பற்றி யோசிக்காமல் கொஞ்சி குலாவிக் கொண்டிருக்கும் ஜென்மங்கள்! எரிச்சலாக இருந்தது.

"சரி, நான் கிளம்பறேன்."

"இரு, போலாம். ஆமா நீ எப்போ நல்ல செய்தி சொல்லப்போற?"

"எதுக்கு? புள்ளைகளைப் பெத்துட்டு நீ படற கஷ்டத்தைத்தான் பாக்கறேனே" - அதிலும் ஒரு குத்தலை வைத்தேன். அவர்களைத் திட்ட முடியாததற்குத் திருப்தியாக இருந்தது.

"எனக்கென்ன கஷ்டம்? இதுங்கதானே என் செல்வமே!" - பிள்ளையை முத்தமிட்டாள்.

"ஆனா இந்தச் சனியன் இப்படியே வீட்ல இருந்தா அடுத்த வருஷம் அடுத்த புள்ளையப் பாக்க நீ வரவேண்டி இருக்கும்" - இருவரும் சிரித்தனர். எனக்கு வயிறு பற்றி எரிந்தது.

"நான் போய் மோதிரத்தை மீட்டுட்டு வீட்டுக்குப் போகணும். கிளம்பறேன்."

வெளியே வரும்போது செல்வி அக்காள் உள்ளே வந்தாள். வரும் போதே கத்தினாள்.

"சோறுதானே திங்கறீங்க? இருபதாம் தேதி வட்டி வந்திருக்கணும். பதினஞ்சாயிரம் வாங்கிட்டு ரெண்டு மாசமா வட்டி கட்டல. போன் பண்ணினாலும் எடுக்கறதில்ல."

"அக்கா வாங்க. வட்டி சேர்த்தி அடுத்த மாசம் தரோம்க்கா."

"நீ நொட்டினதைத்தான் பார்த்தேனே."

எனக்கு அத்தனை ஆனந்தமாக இருந்தது. எனக்கு வரவேண்டியது வந்த பின்னும் ஏதோ ஒன்று குறைவதாக உணர்ந்ததை செல்வி அக்காள் நிறைத்துக்கொண்டிருந்தாள்.

"அக்கா ஒரு நிமிஷம் நான் சொல்றத கேளுங்க. ஜெகனுக்கு வேலை இல்ல."

"அதுக்கு நான் என்ன பண்ணணும்? வேலை இல்லாட்டியும் சமாளிக்கக் கூடிய வசதில ஒரு பையனைப் பிடிக்காம வெறும்பயலா ஒரு பஞ்சப் பரதேசிய கட்டிக்கச் சொல்லி நானா சொன்னேன்? உடம்பு தினவெடுத்து அவன்தான் வேணும்னு ஆடின நீ?"

சுமியின் முகம் ஒரு நொடி மாறியது. "அக்கா கோபத்துல வார்த்தையை விடாதீங்க."

"என்னடி மிரட்டற. வாங்கின காசக் குடுக்க வக்கில்லை. சோத்துக்கு வழி இல்லைனாலும் படுத்து புள்ள பெத்துக்கத் தெரியுது. அஞ்சோ பத்தோன்னா பிச்சைக் காசுனு விடலாம். பாஞ்சாயிரம் சொளையா தந்தது உன்னை நம்பி. மாசம் ரெண்டாயிரம் வட்டியும் வரல."

ஜெகன் குரல் உயர்த்தினான் "இருபதாம் தேதிக்குள் காசு வந்துரும். இப்போ போங்க."

"என்ன உன் வீட்ல உறவாடி விருந்துண்ணவா வந்துருக்கேன்? போன்னு வெரட்டற? உன் பொண்டாட்டி உனக்கு அடிபட்டுருச்சு, உடனே பணம் வேணும்னு என் வீட்டு வாசல்ல வந்து அழுதா.

பணம் இல்லனேன். என் கால்ல விழுந்தா. விழுந்தாளா இல்லையானு கேளு. அப்படி வாங்கிட்டு வந்த பணத்துக்கு மரியாதை வேண்டாமா? உன் கம்பெனி மருத்துவச் செலவு பண்ணிருச்சுல்ல? அப்பறம் என்ன? பணத்தைத் திருப்பித் தர வேண்டியதுதானே?"

"அக்கா... அது போக ஆயிரம் செலவுக்கா. இப்போ நான் சொன்னா புரியாது."

"எனக்கெதுக்குடி புரியணும்?"

என் மனம் குதூகலமானது! நான் பேச நினைத்ததை எல்லாம் செல்வியக்கா பேசுகிறாள். 'நல்லா வேணும். இத்தன மாசம் இழுத்தடிச்சு பதில் சொல்லாம அலைய விட்டதுங்களே.'

"ஒண்ணு புருஷன் வக்குள்ளவனா இருக்கணும், இல்லைனா பொறந்த வீடு வகையுள்ளதா இருக்கணும். எதுக்கும் வழி இல்லைனா அதுக்கேத்தாப்ல நடந்துக்கணும். இப்ப உனக்கு இன்னொரு புள்ள இல்லைனு யார் அழுதா? வாரிசில்லாம உன் சொத்து அனாமத்தாப் போகுதா? தாய் தகப்பன் இல்ல. பொறந்தவன் குடிகாரன். இதுல ஏழு புள்ள வேணுமா?"

"வார்த்தையை அளந்து பேசுங்க" - ஜெகன் பற்களைக் கடித்தான்.

"நான் நல்லாத்தான் கேப்பேன்டா. இருபது வருசத்துக்கு மேல வட்டிக்கு விடறேன். கொஞ்சி கெஞ்சி ஒருத்தர்கிட்டயும் பணம் வாங்க முடியாதுன்னு தெரியும். சோத்துல உப்புப் போடற ஜென்மங்கள் இப்படிப் பேசற பேச்சுல அசிங்கப்பட்டு பணத்தை ஏற்பாடு பண்ணிரும். ஆனா உங்களுக்குத்தான் திங்க சோறே இல்லயே!"

மூச்சுவாங்கப் பேசிய செல்வி அக்காள் அப்போதுதான் என்னைக் கவனித்தார்.

"என்னடி உனக்கும் பணம் தரணுமா? ஊர் பூரா கடன் வாங்கி வச்சுருக்குதுங்களா?"

"ஏன்டா, அவதான் அறிவு கெட்டு உன்னக் கட்டிக்கிட்டா. நீயாச்சும் கூறுள்ள குடும்பத்துல பொண்ணெடுக்கலாம்ல? அது ஒரு பிச்சைக்காரி, இது ஒரு பரதேசி. ஜோடி பிரமாதம்."

"ஏய்..." - ஜெகன் கை உயர்த்தினான். விரல்களற்ற அவனது வலக்கை ஓங்கிய நிலையில் நடுங்கியது. சுமி அவன் கைகளைப் பற்றினாள். "விடு நீ. சும்மா கிட. நாந்தான் அந்த அக்காகிட்ட காசு வாங்கிட்டு வந்தேன். அப்ப அவங்க இப்படிக் கேக்கறது சரிதான்."

"அக்கா நீங்க சொல்லித்தான் எனக்கு பொறந்த வீடுன்ற நினைப்பே வருதுக்கா. எனக்கு அப்பா அம்மா எல்லாமே இந்தப் பைத்தியக்காரன்தான். இதுவரைக்கும் நானாச்சும் வேலைக்கு போகலைனு அவனைத் திட்டி இருக்கேன். அவன் ஒரு நேரம் கூட உங்க வீட்ல இருந்து ஏதாச்சும் வாங்கிட்டு வரலன்னோ யாருமில்லாத உன்னை கட்டிகிட்டனேன்னு வருத்தப்பட்டோ ஒரு வார்த்தை கூட கேட்டதில்லைக்கா." - எனக்குள் இருந்த குதூகலம் சட்டென வடிந்தது. ஜெகனைப் பார்த்தேன். அவன் சுமியைப் பார்த்தபடி இருந்தான். அந்தப் பார்வையில் தெரிந்த காதல் எனக்கு பொறாமையை, ஆற்றாமையைத் தந்தது.

நான் அக்காவிடம் திரும்பினேன் "அக்கா ஒரு அரை மணி நேரம் இருங்க வந்துடறேன்."

"நீ எங்கடி போற?" - சுமி என் பின்னால் கூப்பிட கூப்பிடக் கிளம்பினேன்.

அடகுக் கடைச் சிப்பந்தியிடம் "அந்த மோதிரத்தை வித்துடறேன். எவ்ளோ கிடைக்கும்?"

"அசல் வட்டி போக இருபத்தி ரெண்டாயிரம் சொச்சம் வரும்ங்க."

"தந்துருங்க."

கவர் சுற்றித் தந்த பணத்தை வாங்கி வந்து செல்வி அக்காள் கையில் திணித்தேன்.

"சுமி தர வேண்டிய பணம் வட்டியோட. வச்சுக்கோங்கக்கா."

"சரி, எனக்குப் பணம் வந்துருச்சு. ஆனா நீ இப்படி ஏமாளியா இருக்காதடி. இவ கடைசி வரை உனக்கு இந்தக் காசைத் திருப்பித் தரவே மாட்டா. எழுதி வச்சுக்கோ."

நான் ஏதும் பேசாமல் புன்னகை மட்டும் செய்தேன். அக்காள் கிளம்பிவிட்டாள். சுமி என்னையே பார்த்துக்கொண்டிருந்தாள். நான் அவளிடம் பொட்டுக் கம்மல் நீட்டினேன்.

“இந்தா உன் புள்ளைக்கு மாமன் போட்ட கம்மல். போட்டு விடு.”

“உன் மோதிரம்?”

“அதுதான் காணாமப் போய் ஆறு மாசமாச்சே!” அவர்களுடன் சேர்ந்து சிரித்தேன்.

(ஜூலை 29, 2024)

★★★

10. BOYZ

மகிழினி தகப்பனின் மார்பில் படுத்திருந்தாள். ஒரு கையால் மகளை அணைத்தபடி மறு கையால் அருகிலிருந்த தலையணை எடுத்து மகளை அதன் மேல் அவளது தூக்கம் கலையாமல் கவிழ்த்தான் சுபாஷ். மெல்ல எழுந்து அறையை விட்டு வெளியே வந்தான்.

சமையலறையில் பத்மா இட்லி அவித்துக்கொண்டிருந்தாள். “தமிழ்...” என்றழைத்தான். வாசலில் நின்று தலைவாரிக் கொண்டிருந்த தமிழ்ச்செல்வி உள்ளே நுழைத்தாள்.

“என்ன மாமா, அவ எங்க இன்னும் தூங்கறாளா? ஸ்கூலுக்குக் கிளம்பணும்.”

“இரு ஏழு மணிதானே ஆகுது. ஏழரைக்கு எழுப்பிக் கிளப்பிக்கலாம்.”

“ஆனாலும் நீ மகளுக்கு இவ்ளோ செல்லம் கொடுக்காத. எட்டு மணிக்கு ஆட்டோ வரும். அரை மணில குளிச்சு சாப்பிட்டு ரெடி ஆக முடியுமா? சோம்பேறியா வளரப் போறா.”

“அதெல்லாம் பார்த்துக்கறேன். நீ கிளம்பு. எட்டு மணிக்கு புள்ளய ரெடி பண்ணிடுவேன்.”

“என்னமோ பண்ணு.”

சந்தோசமாகச் சலித்தவள் கண்ணாடி முன் நின்று தன்னை அலங்கரிக்க ஆரம்பித்தாள்.

தமிழ்ச்செல்வி பிள்ளை பெற்று பால் கொடுத்ததுடன் சரி. பின் முழுக்க மகிழினி அப்பா பிள்ளை ஆகிப் போனாள். காலை எழுந்து பல் தேய்ப்பது தொடங்கி, நள்ளிரவில் உச்சா போகவும் கூட சுபாஷைத் தான் எழுப்புவாள். ஐந்து வயது வரையில்

ஆய் கழுவக்கூட அவன்தான். பாட்டி பத்மாதான் கண்டித்து தானே கழுவிக்கொள்ளக் கற்றுத் தந்தாள்.

“மகிழ், நீ பெரிய புள்ள ஆகிட்டே வர. அதனால நீயேதான் இதெல்லாம் செஞ்சுக்கணும். இல்லனா உன்னை எல்லாரும் ஷேம் ஷேம் சொல்லுவாங்க.”

மகிழ் இரவில் சுபாஷின் மார்பில் தலைவைத்துத் தூங்குவதுதான் வழக்கம். கைக் குழந்தையாய் இருக்கும்போதே தொட்டிலில் போட்டதில்லை. மாரில் கவிழ்த்துக் கொண்டு மென்மையாகத் தட்டித் தட்டித் தூங்க வைத்துப் பழக்கி இருந்தான். அவள் ஆழ்ந்த உறக்கத்திற்குப் போன பின் அவளை அலுங்காமல் பொதி போல கிடத்திவிட்டுத்தான் தமிழிடம் வருவான். மகள் உறங்கும்போது. ஒருமுறை தமிழ் உரத்து பேசியதால் உறக்கம் கலைந்து சிணுங்கினாள் என்று அவளை அறைந்திருக்கிறான்.

இதுவரை மகிழினியை அவன் திட்டியதோ அடித்ததோ இல்லை. யாரையும் செய்ய அனுமதித்ததும் இல்லை. பத்மா மட்டும் அவன் இல்லாத நேரத்தில் கண்டிப்பாள்.

“உனக்குப் பலமுறை சொல்லிட்டேன். பொட்டப் புள்ளையக் குளிப்பாட்டறதும் சோறு ஊட்டறதும், தூங்க வைக்கறதும் நீ செஞ்சு பழகுன்னு. அடுத்த வருஷம் மகிழினிக்கு ஒம்பது வயசு பொறந்துடும். அது குழந்தை. அதுக்குதான் விவரம் புரியலைனா உனக்குமா புரியல? போ, நீ போய் எழுப்பிக் குளிப்பாட்டு.”

“ஐயோ! அம்மா, ஏன்மா இந்தக் காலத்துலயும் இப்படி இருக்க நீ? மாமாவுக்கு மக மேல உசுரு. அவர்கிட்ட இதெல்லாம் சொன்னா அவ்ளோதான். என்னையக் கொன்னே போட்டுருவாரு. அதோட காலம் மாறிடுச்சும்மா. அந்தக் காலத்துலதான் அண்ணனா இருந்தாலும் அப்பாவா இருந்தாலும் புள்ளைங்க ஆம்பளைய தொட்டுக் கூடப் பேசக் கூடாது, ஒதுங்கியே இருக்கணும்னு கட்டுப்பாடா இருந்துச்சு. இன்னுமா இப்படி இருக்க?”

“காலம் மாறலாம். ஆனா ஆம்பள புத்தின்னு ஒண்ணு இருக்கு, தமிழு. அவனுங்க எப்பவும் மாற மாட்டானுங்க. நான் சொல்றது என்னன்னு உனக்குப் புரியும்.”

சட்டென தமிழ் அமைதியானாள். சுவரில் தொங்கிய தன் திருமணப் புகைப்படத்தைப் பார்த்தாள். அதில் சிறுமி முகம். பன்னிரண்டாம்

வகுப்பு படித்துக் கொண்டிருந்தவள். அருகில் சுபாஷ் முப்பத்து ஏழு வயதில் நின்றிருந்தான். ஒரு கணம் பெருமூச்சுவிட்டாள்.

சுபாஷ் அந்த வீட்டிற்குள் வரும்போது தமிழுக்கு ஆறேழு வயது. மனநலம் சரி இல்லாத கணவன், மகள் தமிழுடன் வீட்டு வாசலில் இட்லிக் கடை வைத்துப் பிழைத்தாள் பத்மா. அந்த ஒற்றை வருமானத்தில்தான் வீட்டு வாடகை, கணவனின் மருத்துவம், மகளின் படிப்பு, பிற குடும்பச் செலவுகள், ஏற்கெனவே இருந்த கடன் எல்லாம் நடந்து வந்தது.

வாடிக்கையாகச் சில பேச்சிலர் இளைஞர்கள் காலையும் இரவும் பத்மாவிடம்தான் கணக்கு வைத்துச் சாப்பிட்டு வந்தனர். குறைந்த விலையில் ஓரளவு தரமாக இட்லி, தோசை, பொங்கல், வடை என்று உணவுகள் தயாரித்து விற்று வந்தாள். அப்படி அங்கு உண்ண வந்தவர்களில் ஒருவன் சுபாஷ். ரியல் எஸ்டேட் தரகு வேலையில் அவனிடம் கணிசமான பணப் புழக்கம் இருந்தது. முப்பது வயதில் திருமணமாகாமல் தனித்து இருந்தவன் மூன்று நேரமும் பத்மாவிடமே வாங்கி உண்டான். ஒரு முறை கணவனை மருத்துவமனை அழைத்துச் செல்ல வண்டி கிடைக்காமல் அவதிப்பட்ட பத்மாவை வண்டி ஏற்பாடு செய்து அழைத்துச் சென்றான். அப்படி ஏற்பட்ட பழக்கம்தான்.

சரியான ஆண் துணை இல்லாத அந்த வீட்டில் எந்த உதவி வேண்டுமானாலும் பத்மா சுபாஷை அழைப்பது வழக்கமானது. உடனே வந்து உதவுவான். ஒரு கட்டத்தில் அவனிடம் சாப்பாட்டிற்குப் பணம் வாங்குவதை நிறுத்தினாள் பத்மா "நீ செய்யற உதவிக்கெல்லாம் கணக்குப் பார்த்தா நான் ஆயுசுக்கும் உனக்கு சமைச்சுப் போடணும்."

"சரி காசு தரல. இந்த வீட்டு வாடகையை நான் கட்டிடறேன்."

"ஐயோ அது அஞ்சாயிரம். வீட்டுக்கு மூவாயிரம். கடைக்கு ரெண்டாயிரம்."

"பரவால்ல. நான் கட்டிடறேன்."

"நீ தங்கி இருக்கற ரூமுக்கு எவ்ளோ வாடகை தர?"

"அதுக்கு ஆயிரம் தரேன். நாங்க பேச்சிலர்ஸ் நாலு பேரு சேர்ந்து தங்கி இருக்கோம்."

“அப்ப அதைக் காலி பண்ணிட்டு இங்க வந்துரு. முன்னாடி ஒரு ரூம் தனியா இருக்கே அதை எடுத்துக்கோ. ஒருத்தருக்கு ஒருத்தர் ஒத்தாசையா இங்க இருந்துப்போம்.”

“ஐயோ அது சரிப்படுமா? அங்கதானே உங்க வீட்டுக்காரரை வச்சுருக்கீங்க? அதோட நான் வீட்டோட வந்து தங்குனா யாராச்சும் எதும் சொல்லுவாங்க.”

“அதுக்கெல்லாம் கவலைப்படல நான். தனியா ஒரு பொம்பள இருந்தா உலகம் ஆயிரம் பேசத்தான் செய்யும். நீ இங்க வந்துரு. நான் சமைச்சுத் தரேன். இந்த வீட்ல எல்லா நல்லது கெட்டதும் ஏற்கெனவே உன்கிட்ட கேட்டுதான் செய்யறேன். இனி இந்த வீட்ல வெச்சே கேட்டுக்கறேன். தமிழப்பாவையும் ரொம்ப அடைச்சு வைக்க வேணாம்னு பாக்கறேன். நீ இங்க வந்துட்டா அவரக் கூட்டிட்டு காலார சித்த நேரம் நடந்துட்டு கூட வருவல்ல.”

எல்லாமே லாப நஷ்டக் கணக்குதான். பத்மாவின் அனுசரணையிலும் அர்த்தமிருந்தது. பத்மாவின் கணவனால் யாருக்கும் எந்தத் தொந்தரவும் இல்லை எனினும் எங்காவது சென்றுவிட்டு வழிதெரியாமல் சுற்றித் திரிவான். பத்மா ஊர் முழுக்கத் தேடி அலைந்த சம்பவங்கள் உண்டு. அது அவன் நிலையை மேலும் மோசமாக்குவதை உணர்ந்து வேறு வழி இல்லாமல் முன்னறையில் அடைத்து வைத்திருந்தாள். இப்போது சுபாஷ் வந்த பின்னர் அப்படி அடைத்து வைக்காமல் கொஞ்சம் நடமாட விடும் சாத்தியமிருந்தது.

“சரி, அப்போ நான் முழு வாடகையும் கொடுத்துடறேன். அதுக்கு சம்மதிக்கணும்.”

“சம்மதம்.”

“இந்த மாமா இனிமே இங்கதான் இருப்பாங்க. முன்னாடி ரூம் மட்டும் அவங்களுக்கு. வீட்டு வாடகையை அவரே குடுத்துருவாரு. நமக்கு கடைக்கும் உதவியா இருப்பாரு” - விவரம் புரியாத தமிழிடம் ஒரு நாள் பத்மா சொன்னாள். தமிழ் தலையாட்டினாள்.

முன்பு ஜாடை மாடையாய் சில பெண்கள் பத்மாவிடம் வந்து கேள்வி கேட்பார்கள்.

“தமிழ் அப்பாவுக்கு எவ்ளோ நாளா இப்படி இருக்கு?”

"மூணு வருஷமாத்தான். ஒரு காச்சல் வந்துச்சு. அதுக்கப்பறம் கொஞ்சம் கொஞ்சமா இப்படி ஆயிட்டாரு. தனியா பேசிட்டு, கவனமில்லாம, எங்காவது போய்டுவாரு."

"அப்போ சரி. அதான் தமிழுக்கு அஞ்சு வயசாகுதே அப்போ வெவரமா இல்லைனா எப்படி புள்ள பொறந்துருக்கும். அத மறந்துட்டேன் பாரு."

"இப்போவும் புள்ள பொறக்கும்."

"என்ன சொல்றீங்க?"

"உடம்புல சீக்கிருந்தாலே ஆம்பள உடம்பு பொம்பளைக்குத் தவிக்கும். இது புத்திலதானே சீக்கு. இப்போவும் அந்த உடம்புக்குப் பசி இருக்கும். இருக்கு. வயிறு பசிச்சா சோறைக் கண்டா கையள்ளி வாய்ல போடறதில்லையா? அது மாதிரிதான் உடம்பு பசிச்சாலும்."

இந்த வெளிப்படையான பதிலுக்குப் பின் வேறு கேள்விகள் வாரா. தயங்கி, ஒதுங்கிவிடுவர். அவர்களுக்குள் கிசுகிசுத்துக் கொள்வர். சுபாஷ் வந்த பின் அவன் பற்றியும் சில அரசல் புரசல் பேச்சுக்கள் வந்தன. அவன் தனிக்கட்டை, கேட்க ஆளில்லை என்பது உரம் போட்டது பேச்சுக்களுக்கு. ஆனால் அதைப் பற்றி இருவருமே கண்டுகொள்ளவில்லை.

உள்ளபடியே சுபாஷ் நிறைய உதவிகள் செய்தான். பத்மாவின் கணவர் இருக்கும் வரை மருத்துவப் பொறுப்பைப் பார்த்துக் கொண்டான். அவர் இறந்து போன பொழுது முழுக்க முழுக்கச் செலவை அவனே ஏற்றுக்கொண்டான். யாரேனும் அவனிடம் திருமணம் பற்றி விசாரித்தால் "எனக்கு குடும்பம்லாம் செட் ஆகாது" என்று சொல்லி நழுவிவிடுவான்.

ஒருமுறை பத்மாவே கேட்டாள் - "உனக்கு நான் பொண்ணு பாக்கவா சுபாசு? இந்தக் குடும்பத்துக்காகவே உழைச்சு தேயணும்னு உனக்கென்ன தலையெழுத்தா?"

"வேணாம், பத்மா. எனக்கு இதுதான் பிடிச்சிருக்கு. இங்க எனக்கென்ன குறை?"

"அதுக்கில்ல..."

“நீ எதுவும் சொல்ல வேண்டாம், பத்மா. என் போக்கில் விடு, நம்ம தெருவில புது நகைக்கடை வந்துருக்கே, அங்க நம்ம தமிழ் பேருல ஒரு நகைச் சீட்டு போட்ருக்கேன்.”

பத்மா நெகிழ்ந்துபோனாள். அவன் தமிழுக்கு வேண்டிய எல்லாம் பார்த்து பார்த்துச் செய்தான். அவள் என்ன தின்பண்டம் கேட்டாலும் வாங்கித் தருவான். அதுவரை அம்மா கணக்கு பார்த்துப் பார்த்து மறுத்த பலதும் சுபாஷ் வந்ததும் தாராளமாகக் கிடைத்ததில் தமிழும் சுபாஷிடம் “மாமா… மாமா…” என்று சட்டென்று ஒட்டிக்கொண்டாள்.

தமிழுக்குப் பனிரெண்டு வயதிருக்கும்போது பத்மாவிடம் வந்து “அம்மா, சுபாஷ் மாமா தினம் எனக்கு முத்தம் தராரும்மா” என்றாள்.

“அவனுக்கு ரொம்பப் பாசம் உன் மேல…”

“சினிமால எல்லாம் வரும்லம்மா… அது மாதிரி வாயிலயே முத்தம் தராரு.”

ஒரு கணம் லேசாய் முகம் மாறி, “கன்னத்துல தர வந்தது தவறி வாயில பட்டிருக்கும். உனக்குப் பிடிக்கலைன்னா நான் மாமாகிட்ட சொல்லிடறேன்” என்று கூறி அனுப்பினாள். அது பற்றி சுபாஷிடம் கேட்க நினைத்தவள், மறுநாள் தமிழை அரசுப் பள்ளியில் இருந்து மாற்றி கான்வென்டில் சேர்க்கச் செல்வதாக இருந்ததை நினைத்து ஒத்திப் போட்டாள்.

“இந்த ஸ்கூல்ல டொனேஷனே முப்பதாயிரம் கேட்கறான்னு யோசிக்காத பத்மா. அவ்ளோ ஓர்த்துதான் அந்த ஸ்கூலு. ஆறாவதுல இருந்து புள்ள அங்க படிக்கட்டும்.”

சுளையாகப் பணத்தை எடுத்து கையில் திணித்திருந்தான். இது போல இரண்டொரு முறை சுபாஷின் தொடுகைகள் பற்றி பத்மாவிடம் விளையாட்டாகவும், தீவிரமாகவும் தமிழ் சொல்லியும் பத்மா அதைப் பெரிதுபடுத்தவில்லை. தமிழ் கேட்டதெல்லாம் சுபாஷ் வாங்கித் தந்தான். சினிமாவுக்குச் செல்லவேண்டுமா, உடனே அழைத்துப் போவான். புது ஆடைகள், ஒப்பனைச் சாதனங்கள் எதற்கும் குறையில்லை. பத்தாம் வகுப்பில் வயதின் குளறுபடியும் மனதின் குழப்பமும் சுபாஷின் மேல்

தமிழ்ச்செல்விக்கு மெல்லிய மோகம் தந்தது. முதன் முறையாக அவளறிந்த ஆணின் ஸ்பரிசம், அவனது பேச்சு, அதன் திமிர், யாவற்றையும் விட பார்த்துப் பார்த்துச் செய்யும் அக்கறை என்று ஈர்ப்பாகிப் போனது. அம்மாவுக்கும் இது சம்மதமாகத்தான் இருக்கும் என்ற துணிச்சலும் சேர்ந்துகொண்டது.

பனிரெண்டாம் வகுப்பில் ஒரு நாள் மயங்கி விழுந்ததாக பள்ளியில் இருந்து அனுப்பி வைத்தனர். அடுத்தடுத்து வாந்தியும் வந்து கொண்டே இருக்க, "வீட்லயே டிஃபன் கடை போட்டும் வெளிய போய் கண்டதையும் வாங்கித் திங்கறதுல வர வினை. எல்லாம் சுபாஷச் சொல்லணும். எது கேட்டாலும் கூட்டிட்டு போய் வாங்கித் தந்துடறது" திட்டிக்கொண்டே மகளை டாக்டரிடம் அழைத்துச் சென்றவளுக்கு அதிர்ச்சி காத்திருந்தது.

"உங்க பொண்ணு மாசமா இருக்கா. அதும் நாலு மாசம் ஆயிருச்சு."

வீடு வந்ததும் பத்மா தமிழை வெறிகொண்டு அடித்தாள் யாரெனக் கேட்டு அழுதாள். தமிழ் அழுதபடியே, "சுபாஷ் மாமாதான்மா. நாங்க ரெண்டு பேரும் விரும்பறோம்."

பத்மா சற்று நேரம் அதை உள்வாங்கிக்கொண்டு நின்றாள். பின் சுதாரித்துக் கேட்டாள்.

"என்னடி உளர்ர? உன் வயசென்ன அவன் வயசென்ன? என்னைய விட ரெண்டு வயசுதான் சின்னவன் அவன். அவன்கிட்ட போய்... ச்சீய்..."

வீட்டிற்குள் வந்த சுபாஷ் எதுவும் பேசாமல் தலைகுனிந்து நின்றான். கொத்தாக அவன் சட்டையைப் பிடித்தாள் பத்மா.

"நீ பண்ணினது நியாயமா? உன்னை நம்பித்தானே வீட்ல சேர்த்தேன். என் கையால மூணு நேரம் ஆக்கிப் போட்டேனே. இப்படி என் புள்ள மேலயே கைய வச்சுட்டியேடா, பாவி பாவி."

"..."

"வாயத் தொறந்து ஏதாவது பேசுடா. விவரம் தெரியாத புள்ளய இப்படிப் பண்ணிட்டியே."

"நான் தமிழக் கல்யாணம் பண்ணிக்கறேன், பத்மா."

"அடி செருப்பால. கெடுத்தவனுக்கே கல்யாணம் பண்ணி வெக்க இதென்ன சினிமாவா?"

"நீயே சொல்லு. எனக்கு யார் இருக்கா? இத்தனை வருசமா உங்க கூடவே இருந்துட்டேன். முப்பத்தஞ்சு வயசுக்கு மேல ஆச்சு. ஏதோ தப்பு பண்ணிட்டேன்தான். ஆனா எனக்குத் தமிழ ரொம்பப் பிடிக்கும். அவளுக்கும் என்னைத்தான் பிடிக்கும். அவ என்னை விட்டுட்டு இன்னொருத்தனைக் கட்டிக்க மாட்டா. கல்யாணம் பண்ணிக்கறோம், பத்மா."

"படிக்கற புள்ள அவ. அவ வாழ்க்கைக்காகத்தான் நான் இத்தனையும் பண்ணினேன். படிப்பும் போய் பதினாறு வயசுல கல்யாணம் பண்ணி வைக்கணுமா?"

"புள்ள பொறக்கறதுக்கு முன்ன கல்யாணம் பண்ணிடலாம்னு அப்படிச் சொன்னேன். எனக்கு அவசரம் ஏதும் இல்ல. எப்ப கல்யாணம் பண்ணி வச்சாலும் சரி. பதினெட்டு கூட முடியட்டும். நீ கவலைப்படாத. அவளை அவ விருப்பப்படி படிக்க வைக்கறது என் பொறுப்பு. கொழந்த பொறந்தப்பறமும் படிக்க வைப்பேன். என்னை நம்பு."

"அம்மா மாமாவையே கட்டிக்கறேன்மா. ப்ளீஸ்மா."

பத்மாவின் முன் வேறு தேர்வுகள் இருக்கவில்லை. இவனைத் துரத்தி விட்டால்? மகளுக்கு இனி கருக்கலைப்பு செய்வதும் முடியாது. அவள் படிப்பு பாதிக்கும். திருமணம் பெரிய கேள்வியாகும். அவளுக்குப் பிறக்கப் போகும் பிள்ளையையும் சேர்ந்து தான் தனியாக சுமக்க வேண்டும். இனி இவ்வயதில் முடியாது. சுயநல மனம் அப்படித்தான் யோசித்தது.

அதிகம் தாமதிக்கவில்லை. கோவிலில் வைத்து இருவருக்கும் திருமணம் செய்து வைத்தாள். ஆனால் அன்றிலிருந்து சுபாஷிடம் ஒரு சொல் கூட பேசுவதில்லை பத்மா.

பிள்ளை பிறந்த பின் தமிழ் மேற்கொண்டு கல்லூரியில் படித்தாள். சொன்னபடியே அவளை சுபாஷ் படிக்க வைத்தான். தற்போது படிப்புக்கேற்ற ஒரு வேலைக்குச் செல்கிறாள். சுபாஷூம் தொழிலில் நல்ல காசு பார்த்தான். குடியிருந்த வீட்டைச் சொந்தமாக வாங்கினான். தமிழுக்கு வேலைக்குச் செல்ல ஸ்கூட்டி வாங்கித் தந்திருந்தான். அவளுக்கு ஒரு குறையும் வைக்கவில்லைதான்.

மகிழினியையும் கண்ணுக்குள் வைத்துத் தாங்கினான். இன்று வரை மகிழினிக்கும் அம்மாவை விட, பாட்டியை விட, உலகில் வேறு எவரையும் விட சுபாஷ்தான் உயிர்.

தமிழ் அம்மாவைப் பார்த்தாள். "மாமா பண்ணினது தப்புதான்மா. நான் உங்கிட்ட சின்ன வயசுல வந்து சொன்னப்ப நீ கண்டுக்கல. அதுக்கப்பறம் ஒரு வயசுக்கு மேல எனக்கும் அவரைப் பிடிச்சு இருந்துச்சு. இப்போ என்ன என்னை நல்லாதானே பார்த்துக்கறார்? நீ யோசிக்கற மாதிரி எல்லாம் நடக்காது. நீ வீணா குழப்பிக்காத. என்னையும் குழப்பாத."

"அம்மா, இன்னிக்கு லீவு போட்டுக்கட்டுமா?"

மகிழினியின் குரலில் அவர்கள் உரையாடல் வெட்டுப்பட, "எதுக்குடி லீவு உனக்கு?"

"சும்மாதான்மா. லேட்டாயிருச்சு. மிஸ் திட்டுவாங்க."

"கொழுப்புடி உனக்கு. ஒழுங்கா ஸ்கூலுக்குக் கிளம்பு."

"ஏய், புள்ளயத் திட்டாத. நீ வா மகிழ். அப்பா சீக்கிரமா குளிப்பாட்டி விடறேன். சட்டுனு ரெடி ஆயிரலாம். ஈவ்னிங் வந்ததும் உன் ஃபேவரைட் கேரமெல் ஐஸ்க்ரீம் சாப்பிடலாம்."

"சரிப்பா" - துள்ளலாக அப்பாவிடம் ஓடினாள்.

பத்மா சமையலறையில் இருந்து வெளியே வந்தாள்.

"ஏய் மகிழ் இங்க வா. நான் குளிப்பாட்டறேன்."

"போ பாட்டி எனக்கு அப்பாதான் குளிப்பாட்டணும். நீ வேண்டாம்."

"சொன்னாக் கேளு மகிழ். பொம்பள புள்ளைங்க ஆம்பளைங்க கிட்ட... அதென்னது பாய்ஸ்கிட்ட போய்க் குளிப்பாங்களா? பாட்டி குளிப்பாட்டறேன் வா."

"அப்பா எப்படி பாய் ஆவார்? அப்பா எப்போவும் எனக்கு அப்பாதான்."

மகளைக் குளிப்பாட்ட துண்டுடன் வெளியில் வந்த சுபாஷ் மகளை அப்படியே அள்ளிக்கொண்டான் "அப்படிச் சொல்லுடி என் தங்கக்கட்டி" என்று சொல்லி முத்தமிட்டான்.

“அப்பாவோ ஆட்டுக்குட்டியோ, பாய் எப்போவும் பாய்தான் பாப்பா...” - பத்மா சுபாஷின் முகத்தை உற்றுப் பார்த்துச் சொன்னாள். சுபாஷ் பல்லைக் கடித்தான்.

“தமிழ் உங்கம்மாகிட்ட சொல்லி வை. எல்லாத்துக்கும் ஒரு அளவுதான்.”

“கொஞ்சம் சும்மா இரேன்மா. மாமாவுக்கு மகிழ்னா எவ்ளோ உசுருன்னு தெரியும்ல? நீ பேசறது எனக்கே பிடிக்கல. உன் புத்தி ஏன் இவ்ளோ அசிங்கமா யோசிக்குது?”

“ஒரு காலத்தில் அவன் உன்கிட்ட கூட உசுராத்தான் இருந்தான், தமிழ்.”

“அம்மா நீ என்ன பேசற? எல்லை மீறிப் போற. நானும் மகிழும் மாமாவுக்கு ஒண்ணா? அவ அவருக்கு மகள். அதை மனசுல வை. சும்மா பிரச்சனையக் கிளப்பாதே...”

“மகளோ... மகள் முறையோ... அரிப்பெடுத்த ஆம்பளைக்கு எல்லாம் ஒண்ணுதான்.”

“ஏய்...” - சுபாஷ் கையை ஓங்கிக்கொண்டு பத்மாவை நோக்கி வந்தான்.

பத்மா எந்தப் பதற்றமும் இல்லாமல் சுபாஷை நிமிர்ந்து பார்த்தாள்.

“தமிழ் உனக்கு மகள் முறை இல்லைன்னு சொல்லிட்டு என்னை அடி. வாங்கிக்கறேன்.”

ஓங்கிய கையை இறக்கினான். தமிழ் அதிர்ந்து நின்றாள். “அம்மா என்ன உளர்ர?”

“ஆமாம்டி. உங்கப்பா போன பின்ன என் உடம்பு, மனசு, வாழ்க்கை மூணுக்கும் ஆம்பளத் துணை தேவையாத்தான் இருந்துச்சு. என் சுயநலம் மட்டுமில்ல, உன் எதிர்காலமும் யோசிச்சுதான் அதைச் செஞ்சேன். இவனுக்கு நான் அப்படினா, நீ என்ன முறை வருது?”

“...”

“அதனாலதான் நீ என்கிட்ட இவன் பத்தி அறியா வயசுல வந்து சொன்னப்பல்லாம் மகளா நினைக்கறான்னு நம்பினேன். அதுக்குக் காரணம் பாசம்னு எடுத்துக்கிட்டேன். அதனாலதான் உன்

பேச்சையெல்லாம் அப்ப அலட்சியப்படுத்தினேன். இப்போ என் பேத்திக்கும் இந்த நிலை வந்துருமோனு தினம் தூங்க முடியாமத் தவிக்கிறேன். இந்தப் புள்ளைக்கும் உன் நிலை வரக் கூடாது. அதனாலதான் இனியும் மறைக்க வேண்டாம்னு.”

“...”

“எப்போ உன் மேல கை வச்சது தெரிஞ்சுதோ அப்போல இருந்து இவன்கிட்ட பேசறதில்ல. என் கதிகெட்ட நிலைமை எல்லாத்தையும் மனசுல போட்டுட்டு இருந்துட்டேன். உன் இஷ்டம், உன் வாழ்க்கை இந்த ரெண்டுக்காகவும்தான் கல்யாணம் பண்ணி வெச்சேன்.”

“...”

“உனக்கு நடந்தது என் பேத்திக்கு மட்டும் நடக்காதுன்னு என்ன உத்தரவாதம், சொல்லு?”

தமிழ்ச்செல்வி உறைந்து நின்றாள். அரை நொடி கூட இருக்காது. மகளை வெடுக்கென தன்னிடம் இழுத்துக் கொண்டாள். சுபாஷ் முகத்தில் அறைந்துகொண்டு அழுதான்.

“அழாதப்பா” என்று அவனிடம் ஓட முயன்ற மகிழினியைப் பிடித்துக்கொண்டாள் தமிழ்.

“தமிழ் உன்னைக் கல்யாணம் பண்ணினதுல இருந்து உனக்காகவும் மகிழுக்காகவும்தான் வாழறேன். என்னைப் புள்ளகிட்ட இருந்து பிரிச்சுராதடி” - கைகூப்பினான் சுபாஷ்.

தமிழ் அவனிடம் எதுவும் பேசாமல் அப்படியே ஓரமாக அமர்ந்தாள். கண்களிலிருந்து கண்ணீர் வழிந்தது. ஆனாலும் கதறி அழாமல் அவள் மூளை சிந்தனையில் இருந்தது.

சுபாஷ் இரண்டு முறை சமாதானப்படுத்தும் நோக்கில் நெருங்க வந்த போது நிமிர்ந்து முறைத்ததில் ஒதுங்கிக்கொண்டான். மகளை நழுவாமல் பிடித்திருந்தாள். ஒரு மணி நேரமாவது அப்படியே அமர்ந்திருந்தவள், மெதுவாக மொபைலை எடுத்தாள்.

“மேம், நான் மகிழினி அம்மா பேசறேன். நம்ம ஸ்கூல்லயே ஹாஸ்டல் ஃபெசிலிட்டி இருக்குல்ல? மகிழைச் சேர்க்கணும். கொஞ்சம் ஃபீஸ் டீடெய்ல்ஸ் சொல்றீங்களா?”

"..."

"உள்ளூர்தான். ஆனாலும் அவ படிப்பு ரொம்ப சுமாரா இருக்கு. அதனால கொஞ்ச நாள் ஹாஸ்டல்ல விடலாம்னு முடிவு. அங்க இருந்தா இம்ப்ரூவ்மெண்ட் இருக்கும்."

"..."

"தேங்க் யூ மேம்! இன்னிக்கே கொண்டு வந்து விட்டுடறேன்."

சுபாஷ் வெறிக்க, நிம்மதியாய்ப் பார்த்தாள் பத்மா. "நல்ல காரியம் பண்ணின, தமிழ்."

"மாமா மகிழ் மேல காட்டறது உண்மையில் பாசமாக் கூட இருக்கலாம். ஆனாலும் இதெல்லாம் தெரிஞ்சப்பறம் மூளை இனி அவ எதோ ஆபத்தில் இருக்கறதாவேதான் எச்சரிக்கும். நீ பண்ணின தப்பை நான் பண்ண விரும்பல. மகிழுக்கு விவரம் தெரியும்வரை அவ ஹாஸ்டல்ல இருக்கட்டும். இதில் வெறும் நன்நம்பிக்கை மட்டும் போதாது."

"கரெக்ட்தான் நீ சொல்றது."

"அம்மா... நீ குளிச்சு ரெடி ஆகு."

"எதுக்குடி?"

"உன்னையும் ஒரு நல்ல ஹோம்ல விடப் போறேன். விசாரிச்சுட்டு வருவோம். கவலைப்படாத. உன்ன நல்லாப் பாத்துக்கற ஹோமாதான் சேர்த்துவிடுவேன். பணம் கட்டிடலாம்."

'தமிழு..."

"என் மகளை மட்டுமில்ல, என்னையும் காப்பாத்திக்கணும்லம்மா நான்? என்ன இருந்தாலும் நீ எனக்குப் போட்டிக்காரிதான். ஆம்பள எப்பவும் ஆம்பளதான்!"

(ஆகஸ்ட் 16, 2024)

★★★

11. அறவான்

ஷோபா சத்துமாவுக் கஞ்சியைச் சக்கர நாற்காலியில் அமர்ந்திருந்த ரிஷியின் முன்பாக மேசையில் வைத்துவிட்டு அவனது கண்களை நேரடியாகப் பார்த்தாள். ரிஷி மெல்லப் புன்னகை செய்தான். கலைந்திருந்த அவனது கேசத்தை வருடிச் சரிசெய்தாள் ஷோபா.

அவன் கண்களில் இயல்பாக ஒரு காதல் மின்னியது. ஷோபா தயங்கி ஆரம்பித்தாள் - "ப்ளீஸ், அப்படிப் பாக்காத ரிஷி. நான் உன்கிட்ட ஒரு விஷயம் பேசணும். அதுக்கு இந்தப் பார்வை பெரிய தடையாகிடும்." ரிஷி கேள்வியாய்ப் புருவம் உயர்த்தினான்.

"ஆமா. உன்கிட்ட இதைச் சொல்லணும்னு தினம் நினைக்கறேன். ஆனா முடியல. ஏதோ ஒரு தயக்கம் தடுத்துக்கிட்டே இருக்கு, ரிஷி. அதை மீறி என் மனசைச் சொல்லிடணும்னு இன்னிக்கு முடிவு பண்ணிட்டேன். நீ என்னைத் தப்பாக் கூட நினைக்கலாம். ஆனா வேற வழி இல்லை. இதை மனசுக்குள்ளேயே வச்சு என் தலை வெடிச்சிரும் போல இருக்கு."

"..."

"என்னனு கூட கேட்க மாட்டியா? கேட்காட்டியும் உன் மனசு புரியுது. எதுக்கு இவ்ளோ பெரிய வீடுன்னு நினைக்கற. நான் உன்னைப் பிரிய விரும்பறேன் ரிஷி. நிரந்தரமாப் பிரியணும். உன்னை இனி ஒரு நாளும் பாக்கவே கூடாது. நீ நல்லவன்தான். இன்னும் சொன்னா ரொம்ப நல்லவன். நாம நாலு வருஷம் லவ் பண்ணி இருக்கோம். நம்ம கல்யாணம் கூட வெற்றிகரமானது. நமக்குள் நல்ல புரிதல் இருக்கு. நல்ல அலைவரிசை இருக்கு. நம் நட்புகளும், உறவுகளும் பார்த்துப் பொறாமைப்பட்ட ஜோடி நாம. கண்ணு படறது, திருஷ்டி இதிலெல்லாம் எனக்கு நம்பிக்கை

இல்லைதான். ஆனா நான் இப்போ அதை நம்பிருவேனோன்னு தோணுது. அந்த அளவு இந்த ஒரு வருஷ காலம் நம்மை முன்ன இருந்த நிலைல இருந்து திருப்பிப் போட்டுருச்சு. மனசு வெறுமையா இருக்கு."

ரிஷி பதறினான். கண்கள் அலைபாய்ந்தன. அவன் கிரஹிக்க முனைவது தெரிந்தது. ஸ்பூனால் கிண்ணத்தில் இருந்த சத்து மாவுக் கஞ்சியை அவனுக்கு ஊட்டிவிட்டாள்.

"என் எல்லா பிரச்சனைகள்லயும் கூட நின்னுருக்க. I never felt alone. பேரன்ட்ஸ் இல்லாம ஹாஸ்டல்ல தங்கி சின்ன வேலைக்குப் போயிட்டிருந்தவளை லவ் பண்ணிக் குடும்பத்தை எதிர்த்துக் கல்யாணம் பண்ணிக்கிட்ட. என் உயர்படிப்புக்கு வழிகாட்டிப் படிக்க வச்ச. உன் மேல ஒரு இம்மி குறைகூடச் சொல்ல முடியல. ஆனா எனக்கு இது பத்தலை ரிஷி. நான் என் இளமையை, என் வயசை உன்கூட இருந்து வீணடிக்க விரும்பலை."

புகட்டப்பட்ட கஞ்சி புரையேறி இருமியது. அவன் தலையில் மென்மையாகத் தட்டினாள். அவனது வாயில் இருந்த உணவு உடையில் சிதறியது. அதைத் துண்டால் துடைத்தாள்.

"தெரியும் இது உனக்கு ஏத்துக்க கஷ்டமானதுதான். அதும் இப்படி சுச்சுவேஷன்ல நாம பிரியணும்னு நான் கேட்கறது எதிக்ஸ் இல்லை. இதெல்லாம் நான் யோசிச்சுட்டேன். ஆனா அதையெல்லாம் பார்த்தா என் வாழ்க்கை வீணாயிட்டே இருக்கு. எனக்கு என் அழகை, என் பேச்சை, என் உணர்வுகளை ரசிக்கற ஒரு துணை வேணும்னு ஏக்கமா இருக்கு. நீ முன்னாடி எப்படி இருந்தியோ அப்படி. யோசியேன் நீ என்னை வர்ணிக்காத ஒரு நாளாவது உண்டா? அப்போல்லாம் சலிச்சுக்குவேன். உனக்கு வேற வேலை இல்லையானு. ஆனா இப்போ மனசு ஏங்குது அந்த வார்த்தைகளுக்கு. ஆனா அந்த வெற்றிடத்தை உன்னாலயே கூட இப்ப நிரப்ப முடியலை. இனியும் முடியாதுல்ல ரிஷி?"

ஏக்கமாய் அவனைப் பார்த்தாள். ஒரு பக்கம் கையும் காலும் கோணி இருந்த ரிஷி குழறலாக, "ஸ்லோபா..." என்றான். அவன் பார்வையில் அடிபட்ட வலி இருந்தது.

"பாரு... உன்னால இப்போ என் பேரைக் கூடச் சரியா சொல்ல முடியறதில்லை. இதைச் சொல்றது உன்னைக் குத்திக் காட்டறதுக்கு

இல்ல. இதில் உன் தவறும் எதும் இல்லை. யதார்த்தத்தைப் புரிஞ்சுக்கறதுக்காகச் சொல்றேன். நானும் ஆரம்பத்தில் இதெல்லாம் சரி ஆயிரும், நாம சீக்கிரம் பழையபடி ஆகிடுவோம்னுதான் நினைச்சேன். ஆனா அந்த நம்பிக்கை குறைஞ்சுட்டே வருது, ரிஷி. ஒரு வருசமா எந்த முன்னேற்றமும் இல்லை...”

“...”

“எவ்ளோ கம்பீரமா, அழகா, மிடுக்கா உன்னைப் பார்த்துருக்கேனோ இப்போ அப்படியே ஆப்போசிட். அவ்ளோ தெளிவான உச்சரிப்பு இருக்கும் உனக்கு. உன் பேச்சில் வழிசல் குழைச்சலே இராது. இப்ப உன்னை இப்படிப் பாக்கறதே பெரிய தண்டனையா இருக்கு.”

“...ஷ்யோபா...”

“நீ சிரமப்படாத... நீ சொல்ல வரது எனக்குப் புரியுது. நம்ம பலமே நம்ம புரிதல்தானே! ஆமா, எனக்கு ஆக்சிடெண்ட் ஆகி கால் மூட்டு விலகி ஆபரேஷன் பண்ணினப்போ நீ ஆறு மாசம் என்னைத் தாங்கின. ஒரு வேலை செய்ய விடல. ஒர்க் ஃப்ரம் ஹோம் எடுத்து எல்லா வீட்டு வேலையும் பார்த்த. நமக்குள் செக்ஸ் கூட வேண்டாம், என் உடம்பு முழுக்க சரி ஆகட்டும்னு சொல்லிட்ட. அதெல்லாம் உன் மனசில் இப்ப வந்து போகும்தான். ஒத்துக்கறேன் நீ பண்ணினது பெரிய சப்போர்ட். அத நான் மறக்கல. ஆக்சுவலி மறக்க நினைக்கறேன். ஏன்னா இதெல்லாம்தான் என்னை முடிவெடுக்க விடாம தடுக்குது.”

“...”

“இங்க இருக்கறது எனக்கு எரிச்சலா இருக்கு. நான் இங்கிருந்து போகணும் ரிஷி. இப்படி இங்கயே இருந்து உனக்கு நர்ஸ் வேலை பாக்கறது அலுத்துப் போகுது. அதை மறைச்சு வச்சு நான் நல்லவளா நடிச்சுட்டே இருந்தா ஒருநாள் டிப்ரசன்ல நான் தற்கொலை பண்ணிடுவேன். அப்படி நான் சாக விரும்பல. நான் வாழணும் ரிஷி. என்னோட இந்த இளமையை, அழகை, திறமையை, அறிவை, இதோ இப்போ உன்கிட்ட உண்மையைச் சொல்ற நேர்மையை மெச்சற ஒரு துணையோட நான் மகிழ்ச்சியா வாழணும் ரிஷி.”

“...”

"என்ன பாக்கற? நான் போயிட்டா உன்னை யார் பாத்துக்குவா யார் பெட்பேன் வைப்பா, யார் சமைச்சுப் போடுவான்னு யோசிக்கறியா? நான் இருக்கறதாலதான் உங்க வீட்ல உன் கூட பேச மாட்டேங்கறாங்க. மத்தபடி உங்க குடும்பம் வசதியானது. உன் மேல பாசமா இருக்காங்க. இப்போ உனக்கு வேலை இல்லைனு ஆனப்பறம் உன் செலவுக்குனு மாசா மாசம் கணிசமான தொகை உன் அக்கௌன்ட்டுக்கு அனுப்பறார் உங்கப்பா. நான் இருக்கும்போதே இப்படிப் பாக்கறவங்க, நான் போனா நிச்சயம் உன்னைக் கூட்டிட்டுப் போய் நர்ஸ் வச்சு நல்லாப் பாத்துக்குவாங்க. என்ன ஒண்ணு, எல்லாரும் என்னை சுயநலவாதின்னு திட்டுவாங்க. இதுக்குத்தான் இவளைக் கட்டாதன்னு அப்பவே சொன்னேன்னு உன் செலக்ஷனைக் குத்துவாங்க. அது பரவாயில்லை. எனக்கு வேற வழியில்லை. போய்தான் ஆகணும் நான். அதுதான் எனக்கு நல்லதுன்னு நம்பறேன்."

"…"

"ப்ராப்பரா டைவர்ஸ் வாங்கலாம்தான். ஆனா அதுக்கே நான் உன் கூட இருக்கக் கூடாது. உன் கூட இருக்கும்வரை என்னால குற்றவுணர்வு இல்லாம இதைச் செய்ய முடியாது. தவிர அதுக்குக் காத்திருந்தா டிப்ரெஷன்ல சாவேன். இல்லைனா எதாவது இல்லீகல் ரிலேசன்ஷிப்ல போய் மாட்டுவேன். சில நேரம் யோசிச்சா உன்னைக் கொன்னுட்டாக் கூட என்னனு தோணுது ரிஷி." - கண்கள் கலங்கினாள். அவனும் இணைந்தான்.

"அவ்ளோ மோசமானவளா மாற எனக்கு இஷ்டமில்ல. நேர்மையா என் உணர்வுகளை உன்கிட்ட சொல்லிட்டே போலாம்னு நினைக்கறேன். எனக்கு ஒரு துணை தேவை. பேச, சிரிக்க, கலக்க, புள்ளை பெத்துக்க. அதுக்கான எல்லாத் தகுதியும் எனக்கிருக்கு. இது நடக்கணும்னா உன்னை முதல்ல மறக்கணும். அதுக்கு முன்னாடி உன்னைப் பிரியணும்."

ரிஷியின் கோணல் வாயில் வலிப் புன்னகை மின்னி முறிந்தது - "சழிதான்" என்றான்.

ஊட்டி முடித்து நீர் புகட்டினாள். "உங்கப்பாவுக்கு வாட்ஸாப் பண்றேன். மதியத்துக்குள்ள வந்துருவார்னு நினைக்கறேன். என்னை

யாரும் தேடாதீங்க. என்னை ஏதும் தப்பா நினைக்காதேனு கேட்கல. முடிஞ்சா என்னை வெறுத்துடு. அதுதான் உனக்கு நல்லது.”

“ஆழ் த பெஷ்ட்” - ரிஷி செயல்படும் இடக்கையை நீட்டிக் கைகுலுக்க முனைந்தான்.

அவன் கைகளை மென்மையாகப் பற்றிக் குலுக்கினாள். “தேங்க்ஸ். நேத்திக்கே பேக் பண்ணி வச்சுட்டேன்.” மெல்ல சிரித்தாள். “பிஜி கூட ஏற்பாடு பண்ணியாச்சு. வேலைக்கு ஏற்பாடு பண்ணித் தரவும் ஃப்ரெண்ட் முயற்சி பண்றா. அதுவரை சமாளிக்கக் கொஞ்சம் பணம் எடுத்திருக்கேன். வேலைக்குப் போனதும் திருப்பி அனுப்பறேன். எல்லா ஏற்பாடும் பண்ணினாலும் உன்கிட்ட சுலபமா சொல்ல முடியல. இன்னிக்குத் துணிஞ்சுட்டேன்.”

டிராவல் பேகை இழுத்துக் கொண்டு நகர்ந்தாள். வாசல் கதவைச் சாத்திவிட்டு அந்த அபார்ட்மெண்ட் படிகளில் இறங்கியவளின் அலைபேசி அதிர்ந்து அடங்கியது. எடுத்துப் பார்த்தாள். அவளது கணக்குக்கு இரண்டு லட்சம் அனுப்பி இருந்தான். கூடவே ஒரு ‘luv u’.

ரிஷி அப்பாவை அழைக்க அலைபேசியில் முயன்றுகொண்டிருக்கும் போது ஷோபா உள்ளே நுழைந்தாள். கண்கள் சிவக்க வெறி கொண்டு அவன் சட்டையைப் பற்றினாள்.

“இப்ப எனக்குக் காசு வேணும்னு கேட்டனா உன்கிட்ட? ஏன்டா இப்படி அநியாயத்துக்கு நல்லவனா இருந்து என் குற்றவுணர்வைக் கிளறிட்டே இருக்க? போகாத, என் கூட இருந்துதான் ஆகணும். அனாதைக் கழுதையை இவ்ளோ தூரம் ஆளாக்கினதுக்கு நீ காட்ற நன்றி இதுதானான்னு நீ சண்டை போட்டாலாவது இப்படி ஒரு சுயநலக்காரனோட வாழ முடியாதுன்னு நிம்மதியாப் போவேன்ல. உன்னை மாதிரி நல்லவனுங்கதான்டா உலகத்தோட சாபக்கேடு. லவ் யூவாம் லவ் யூ... என் வாழ்க்கை வீணாப்போனா அதுக்குக் காரணம் நீதான். நீ மட்டும்தான்டா” - அவன் சட்டையை அதே வேகத்தில் விட்டாள்.

அந்த வேகத்தில் அவனது நாற்காலி ஒரு அடி பின்னால் நகர்ந்தது. ரிஷியின் கண்கள் கலங்கின. “ப்ளீஸ் நீ போழிழு” - கெஞ்சினான்.

“மயிரு, நீ பேசாத. மூடு...” அவனைத் திட்டிக்கொண்டே பெட்டியை இழுத்துக்கொண்டு அறைக்கு உள்ளே சென்றாள்.

(2024ல் கானல் அமீரகம் நடத்திய சிறுகதைப் போட்டியில் சிறப்புப் பரிசு பெற்றது)

★★★

12. மெலியார்

“இன்னும் இந்த ரன்ஷீட்டை நீ முடிக்கலயா? என்னதான் பண்ணுவியோ மசமசன்னு...”

நிரஞ்சனா விழித்தாள். இன்னும் முடிக்கவில்லையா என்று கேட்ட ரன்ஷீட்டுகள் வந்து இன்னும் கால் மணி நேரம் கூட ஆகவில்லை. கேட்ட புனிதா மேமுக்கும் அது தெரியும். டெலிவரி ஸ்டாஃப் ஆறுச்சாமி சற்று முன்தான் விநியோகம் செய்யப்படாத தபால்களுக்கு ரன்ஷீட்டில் காரணங்கள் எழுதிக் கொடுத்துவிட்டுச் சென்றார். அவள் எண்ணிக்கை சரிபார்த்து வைத்திருந்தாள்; இனி கணினியில் அத்தகவல்களை உள்ளிட்டு, டெலிவரி ஆகாத தபால்களை ஸ்கேன் செய்ய வேண்டும். எப்படியும் இன்னும் அரை மணி ஆகும்.

“மேம் இப்போதான் ஆறுச்சாமி அண்ணன் வந்தாரு” நிரஞ்சனா தயக்கமான மெல்லிய பூஞ்சைக் குரலில் சொன்னாள். “ஆறுச்சாமி வந்து அரைமணி நேரமாச்சு. இன்னும் நீ முடிக்கல. இப்போதான் வந்தான்னு என் கிட்டயே சொல்றியா? மடமடன்னு வேலைய முடி,” என்றாள் புனிதா. நிரஞ்சனா மௌனமாகி வேலையைத் தொடர்ந்தாள்.

அந்தக் கொரியர் நிறுவனத்தில் நிரஞ்சனா பணிக்குச் சேர்ந்து ஓராண்டாகிறது. புக்கிங் வேலைக்கு அவளை தேர்ந்திருந்தனர். தபால் அனுப்ப வரும் வாடிக்கையாளர்களிடம் அவற்றை எடை பார்த்து எடுத்துக்கொண்டு, அதற்குரிய பணத்தை வாங்கிக் கல்லாவில் போட்டு அவர்களுக்கு ரசீது கொடுத்து அனுப்புவதுதான் அவளுக்கு இடப்பட்ட கடமை.

ரன்ஷீட் தொடர்பான வேலைகள் புனிதாவுடையவை. அந்தப் பிரிவின் பெயர் ஈடிபி. அதாவது எலக்ட்ரானிக் டேட்டா

ப்ராசசிங். தபால் விநியோகிக்கச் செல்வோருக்குக் காலையில் ரன்ஷீட்டை - டெலிவரிக்குக் கொண்டு செல்லும் தபால்களை ஸ்கேன் செய்த பட்டியல் - ப்ரிண்ட்அவுட் எடுத்துத் தருவதும், மாலை அவர்கள் திரும்பியதும் டெலிவரி ஆகாதவற்றை ஸ்கேன் செய்து அதற்கான காரணங்களை உள்ளீடு செய்து முடிப்பதும் புனிதாவின் வேலை. அதைத்தான் நிரஞ்சனா செய்து சலிப்பும் ஏச்சும் வாங்குகிறாள்.

புனிதா அந்த நிறுவனத்தில் பத்தாண்டுகளாக வேலை செய்கிறாள். அந்தக் கிளையில் இந்த இருவர் மட்டுமே பெண்கள். விநியோகப் பணிக்கான எழுவரும் ஆண்கள். அந்தக் கிளையின் இன்சார்ஜ் சேகரும் விநியோகிக்கச் செல்வார். பெரிய பார்சல்களை வேனில் கொண்டு போய் டெலிவரி செய்யும் பணி. காலை பதினொரு மணிக்கு டெலிவரி ஊழியர்கள் எல்லாம் கிளம்பிய பின் அலுவலகத்தில் இரு பெண்கள் மட்டுமே இருப்பர்.

ஓரளவு பிரசித்தி பெற்ற நிறுவனம் என்பதால் புக்கிங் செய்ய ஆட்கள் வந்துகொண்டே இருப்பர். நிரஞ்சனாவிற்கு ஓய்வு நேரமே கிட்டாது. மதியம் கொஞ்சம் கூட்டம் குறைவாக இருக்கும். மற்றபடி காலை ஒன்பது மணி முதல் மதியம் மூன்று மணி வரை கணிசமான கூட்டம் இருக்கும். பின் ஐந்து மணியிலிருந்து எட்டு மணி வரை ஆட்கள் வந்துகொண்டே இருப்பர். சனிக்கிழமை மற்றும் அரசு விடுமுறைகளில் கூட்டம் குறைவாக இருக்கும். நிரஞ்சனாவின் மதிய உணவு நேரமே மூன்றரை மணி என்பது வாடிக்கையாகிவிட்டது.

புனிதா காலையில் இன்சார்ஜ் இருக்கும் வரை டெலிவரிக்காரர்களுக்கு ரன்ஷீட்களை ப்ரிண்ட் எடுத்துக் கொடுத்துவிட்டு அவர்கள் கிளம்பிச் சென்ற பின் ஓய்வாகி விடுவாள். பின் அவள் வேலை தபால்கள் குறித்து விசாரித்து வரும் தொலைபேசி அழைப்புகளுக்கு கணினியில் கண்காணித்து பதில் அளிப்பதுதான். மாலை ஐந்து மணிக்கு மேல் தபால் விநியோகம் முடிந்து ஒவ்வொருவராக வருவர். அதன் பின் ரன்ஷீட் வேலை தொடங்கும்.

அலுவலக வேலை நேரம் காலை ஒன்பது முதல் இரவு எட்டு வரை. பத்தாண்டுகளாக இருப்பதாலும், மணமானவள், இரண்டு பிள்ளைகளுக்கு தாய் என்ற சலுகையையும் சேர்த்து மாலை ஆறரை மணிக்கெல்லாம் வீட்டிற்குக் கிளம்பும் வழக்கத்தை

புனிதா தானாக உண்டாக்கிக்கொண்டாள். அதிக வேலை இருந்தால் ஏழு மணி. அதை மீறி இருந்ததில்லை. அதுவும் நிரஞ்சனா வந்து சேர்ந்த பின்புதான் இது வாடிக்கையாகிவிட்டது. புனிதா முன்கூட்டியே கிளம்பிவிட்டாலும் அதனால் பணிகள் தடைபடாமல் நிரஞ்சனா செய்து முடித்து விடுவதால் யாரும் அது குறித்துப் புகார் எழுப்பவில்லை.

ஆறரைக்குக் கிளம்பும் முன் அதுவரை பணி முடிந்து திரும்பிய டெலிவரி ஊழியர்களின் ரன்ஷீட்களை ஸ்கேன் செய்து பூர்த்தியாக்கும் வேலையை நிரஞ்சனாவைச் செய்ய வைப்பாள். அதன் பின் வருபவர்களது ரன் ஷீட்களையும் நிரஞ்சனாதான் பூர்த்தி செய்ய வேண்டும். ஆரம்பத்தில் கற்றுத்தருவதற்காகத் தன்னைச் செய்ய வைப்பதாகத்தான் நிரஞ்சனா நம்பிக் கொண்டிருந்தாள். ஆனால் மொத்தமாக அந்த வேலையை அவள் தலையில் கட்டினாள் புனிதா. புக்கிங்கிற்காக வாடிக்கையாளர்கள் காத்திருந்தாலும், “சீக்கரம் கஸ்டமர்ஸ அனுப்பிட்டு இதை க்ளோஸ் பண்ணிரு” என்பாள் புனிதா.

நிரஞ்சனாவுக்குச் சில நாட்கள் எரிச்சலாக வரும். “இது உங்க வேலைதானே?” என்று தொண்டை வரை வரும் கேள்வியை மென்று விழுங்கி, “மேம் இங்க நிறைய பேர் வெயிட்டிங். ஆறு மணிக்கு மேல இன்னும் புக்கிங் அதிகமா வரும். இப்போ வந்தது வரைக்கும் மட்டும் க்ளோஸ் பண்ணிடறீங்களா?” என்பாள். புனிதா ஆவேசமாகி, “நான் கிளம்ப வேண்டாமா? உனக்கு வேலை கத்துக்கொடுத்தா நீ எனக்கே வேலை சொல்ற. கஸ்டமர்ஸ் கிட்ட ஏதாச்சும் பேசிட்டு இருந்தா டைம் ஆகத்தான் செய்யும். சுறுசுறுப்பா வேலையப் பார்க்கணும்” என்று கத்திக்கொண்டே ஒரு ஷீட்டை ஆடி அசைந்து அரை மணி நேரம் தடவிவிட்டு, “ஆறரையாச்சு நான் கிளம்பணும்” என்று எழுந்துவிடுவாள்.

நிரஞ்சனாவுக்கு தடித்த கண்ணாடியைக் கண்ணீர் மறைக்கும். கெச்சலான உடலுடன் பாவமாகப் பார்த்திருப்பாள். இருபது வயதிற்கான எந்தக் கனவும் அவளுக்கு இல்லை. அவளை இதுவரை எந்தப் பையனும் காதலிப்பதாகச் சொன்னதில்லை. சாலைகளில் கூட எந்த விடலையும் திரும்பிப் பார்த்த நினைவில்லை. திருமணம் குறித்த ஆசைகள் கூட மெல்ல அழிந்துவிட்டன. தன்னை யாருக்கும் பிடிக்காது என்பதை ஏற்றுக்கொண்டுவிட்டாள்.

தன் தோற்றம் பற்றிய தாழ்வுமனப்பான்மை அவளை எல்லா இடங்களிலும் அடங்கிப் போகச் செய்தது. அதிலிருந்து மீள எடுத்த சில முயற்சிகள் இன்னும் மோசமான கேலியைத் தந்ததால் அந்த எண்ணத்தையே கைவிட்டு இயந்திரம் போலாகிவிட்டாள்.

அவள் தன் தாழ்வுமனப்பான்மைக்காக வருந்தும் ஒரே விஷயம் தன்னை உருவ கேலி செய்வார்கள் என்று பயந்தே கல்லூரிக்குச் செல்லாமல் விட்டதற்கு மட்டும்தான். கேலி செய்பவர்கள் கல்லூரிகளில் மட்டுமா இருக்கிறார்கள்! அதைப் பொருட்படுத்தாமல் படித்திருந்தால் மேலான வேலை எதற்காவது போயிருக்கலாம். படிப்புக்காகவோ பணிக்காகவோ தன் சந்தை மதிப்பு அதிகரித்திருக்கும் என அங்கலாய்ப்பு எழும்.

வாடிக்கையாளர்கள் குழுமி இருக்க, புக்கிங்கும் பார்க்க வேண்டும், ரன்ஷீட்களையும் பூர்த்தி செய்து முடிக்க வேண்டும். எட்டு மணிக்கு வீட்டிற்குக் கிளம்ப வேண்டியவள் எழ எட்டரை, ஒன்பதாகிவிடும். எல்லாம் முடிந்து கிளம்பும் நேரம் யாராவது ஒருவர் “புக்கிங் பண்ணணும்” என வந்து நிற்பார். “புக்கிங் டைம் முடிஞ்சுதுன்னா” என்று தயங்கினால், “ரொம்ப அர்ஜெண்ட்டா அனுப்ப வேண்டியது” என்பார். அவளது ஓராண்டு அனுபவத்தில் அவசரமற்ற ஒரு தபால் கூட வந்ததே இல்லை என்பது பெரும் வியப்பாகவே இருக்கும்.

இன்சார்ஜ், “வாங்கி புக் பண்ணிரு அர்ஜெண்ட்னு சொல்றாங்கில்ல” என்று அதட்டுவார். சில நாள் அவர் சொல்லும் முன்பே இவளே வாங்கி புக் செய்ய ஆரம்பித்தால், “லோடு கிளம்பப் போகுது இந்நேரத்துக்கு புக் பண்ணிட்டு இருந்தா எப்போ லோடு அனுப்பறது? உனக்கு புக்கிங் டைம் எட்டோட முடிஞ்சுதுனு தெரியுமா தெரியாதா?” என்று கத்துவார்.

இரண்டுக்கும் வாயைத் திறந்து பதில் பேச மாட்டாள். “நீங்கதானே அன்னிக்கு அப்படிச் சொன்னீங்க?” என்று கேட்டால் என்ன என்று தன்னைத்தானே திட்டிக்கொள்வதோடு சரி.

எல்லாம் முடிந்து வீடு சென்றதும் அம்மாவிடம் திட்டு விழும். “உன் கூடத்தான் அந்தப் புனிதாவும் வேலை செய்யறா? டாண்ணு ஆறு மணிக்குக் கிளம்பறா. உனக்கு மட்டும் வீடு வர ஒம்பது மணியா? வீட்டுக்கு வந்தா நாலு வேலை செய்யணும்னே லேட்டா

வருவியா நீ? வயசுப்புள்ளயாச்சே கை வைக்கக் கூடாதேன்னு நானும் பாக்கறேன். ஒரு நாள் இல்ல ஒரு நாள் நாலு இழுப்பு இழுத்து விட்டாத்தான் நீ நேரங்காலமா வீடு வருவ...”

“அம்மா, வேலை அவ்ளோ இருக்கும்மா.”

“உனக்கு மட்டும் அப்படி என்ன வேலை? அவளுக்கு உன்னை விட சம்பளமும் ஜாஸ்தி. நீ வாங்கற பத்தாயிரத்துக்கு இருபத்து நாலு மணி நேரமும் அடிமை வேலை பார்ப்பியா?”

கேள்வியில் உள்ள நியாயம் உணர்ந்து எதிர்த்துப் பேச முடியாமல் பேச்சை மாற்றுவாள்.

“பசிக்குதும்மா...”

“போ... மாவு இருக்கு, நீயே சுட்டுத் தின்னு...”

யாரையும் எதிர்த்துப் பேசாமல் தன் தரப்பையும் கூடச் சொல்லாமல் ஊமையாகவே இருந்து பழகிவிட்டது நிரஞ்சனாவிற்கு. எல்லாக் கேள்விகளையும் தனக்குள்ளேயே கேட்டு, அதற்கொரு சமாதானமும் சொல்லிக்கொள்வாள். எனவே எல்லாம் சரிதான்.

அன்று ஏழேகால் மணி ஆகியும் புக்கிங்கில் இருந்த கூட்டத்தால் இன்னும் ரன்ஷீட்கள் ஸ்கேன் செய்து பூர்த்தி செய்யப்படாமல் இருந்தன. எப்படியும் இன்று ஒன்பதரை ஆகிவிடப்போகிறது என்ற முன்முடிவுக்கு வந்திருந்தாள் நிரஞ்சனா. அதற்கேற்ப மனதைத் தயார் செய்து கொண்டே வேலை பார்த்தாள். வீட்டிற்குப் போனதும் அம்மாவிடம் என்ன சொல்வது என்பதற்கும் மனதில் ஒத்திகை பார்த்து பதில்கள் தயார் செய்து வைத்தாள்.

இன்னும் புக்கிங்கிற்கு ஆட்கள் வந்து கொண்டே இருந்தனர். இன்சார்ஜ் சேகர் வந்து “எட்டு மணியோட புக்கிங் க்ளோஸ் பண்ணிரும்மா” என்றார். “சரிங்க சார். எட்டு மணிக்கு க்ளோஸ் பண்ணிட்டு உங்ககிட்ட கணக்கு குடுத்துட்டுதான் ரன்ஷீட் க்ளோஸ் பண்ணனும்” என்றாள், அவர் அதற்கு எதுவும் ஆறுதல் கூறுவார் என்ற எதிர்பார்ப்பில்.

“புனிதா இதைக் கூட பண்ணாம என்னத்த புடுங்கறா” என்று கத்தி விட்டு பார்சல்களை வேனில் ஏற்றச் சென்றார். புனிதாவை அவர் திட்டியதே ஆறுதல் அளிப்பதை நிரஞ்சனா வியந்தாள்.

அந்த வசவால் தனக்கு எந்தப் பயனும் இல்லை, ஆனாலும் எவ்வளவு ஆறுதல்!

எட்டு மணிக்கு புக்கிங்கை முடித்துவிட்டு விநியோகிக்காத தபால்கள், பார்சல்களை ஸ்கேன் செய்து கொண்டிருக்கும்போது வாசலில் கார் வந்து நின்றது. இன்சார்ஜ் ஒரு பதற்ற உடல் மொழியில் “ஸார், ஸார்” என்று கூனினார்.

தலைமை அலுவலக மேலாளர் சுதன் உள்ளே வந்தார். முன்பே ஒரு முறை அவர் பகல் பொழுதில் வந்திருக்கிறார். அறிவிப்பில்லாமல் திடீரென சின்னக் கிளைகளை மேற்பார்வை இடுவார். முதலாளிக்கு மனைவி வழி உறவு என்றும் கேள்வி. வாசலில் நின்று வேனில் பார்சல்கள் ஏற்றப்படுவதைச் சற்று நேரம் பார்த்தவர், சேகரிடம் சில கேள்விகள் கேட்பது ஜன்னல் வழியே தெரிந்தது. அவர் பவ்யமாக பதிலளித்தார்.

நிரஞ்சனாவுக்குப் பதற்றமானது. உள்ளே வந்து “இன்னும் இந்த வேலை முடிக்கலையா?” என்று கேட்பாரோ! கேட்டால் என்ன சொல்வது என்பதை மனதில் நடித்துப் பார்த்தும், எந்தப் பதிலும் சரி வரவில்லை. தன் பதிலுக்கு எப்படி எதிர்வினை ஆற்றுவார் என்பதை ஊகிக்க முடிந்த நெருக்கத்தில் உள்ளவர்களிடமே இதெல்லாம் சரிப்படும். இவரிடம் பேசியதே இல்லை. மேலதிகாரி வேறு. பதறி வேலையில் தவறு வந்து விடுமோ என்று பயந்து கவனத்தை மாற்றினாள்.

சுதன் உள்ளே வந்தார். பயத்தையும் மீறி உள்ளே வந்ததும் அவர் தோற்றத்தைப் பார்த்து ஒரு கணம் ரசித்தாள். முப்பத்தைந்து வயதிற்குள்தான் இருக்கும். மாம்பழ நிறம் என்பார்களே அப்படி ஒரு மஞ்சளும் சிவப்பும் கலந்த நிறம். அடர்ந்த கேசம். கண்ணாடி அணிந்திருந்தார். அது அவருக்கு ஸ்டைலாக இருந்தது. தன் கனத்த கண்ணாடியை நினைத்துக் கொண்டாள். யோசிக்கும்போதே அவர் நிரஞ்சனாவிடம் கேட்டார்.

“நீங்க இன்னுமா கிளம்பல?”

நிரஞ்சனாவிற்கு அந்தக் கேள்வி தந்த மகிழ்ச்சியைக் கையாளத் தெரியவில்லை. பதில் சொல்லக் கூடத் தோன்றாமல் பார்த்துக் கொண்டிருந்தாள். பெரிய அதிகாரி தன்னை எத்தனை மரியாதையாக விளிக்கிறார். ‘இன்னும் வேலையை முடிக்கலயா?’

என்ற கேள்வியை எதிர்பார்த்தவளுக்கு 'இன்னும் கிளம்பலையா?' என்ற கேள்வி இனித்தது. இரண்டிற்கும் அர்த்தம் ஒன்றுதான். ஆனால் அணுகுமுறையில் எத்தனை வித்தியாசம்!

"இல்ல, ஸார்... இன்னும் ஒர்க் முடியல."

"நீங்க புக்கிங் ஸ்டாப்தானே? எட்டு மணிக்கு முடிஞ்சிருமே?"

"ஆமா, ஸார். புக்கிங் முடிஞ்சுது. ரன்ஷீட் க்ளோஸ் ஆகல. முடிச்சுட்டு கிளம்பணும்."

கவனமாக புனிதா முடிக்கவில்லை என்ற குற்றம் சாட்டும் தொனியைத் தவிர்த்தாள்.

சுதன் சேகரைப் பார்த்தார். "ஈடிபி ஸ்டாஃப் யாரு?"

"புனிதா, ஸார்."

"அவங்க வேலையை ஏன் புக்கிங் ஸ்டாஃப்புக்குத் தரீங்க? ரெண்டு பேர் வச்சுருக்கறது தனித்தனி வேலைக்குத்தானே?"

சேகர் அவசரமாக "இல்ல, ஸார்... இன்னிக்குதான். அவங்க ஏதோ கல்யாண ரிசப்ஷன் போகணும்னு பர்மிஷன். அதான் இன்னிக்குப் பண்ணாமப் போய்ட்டாங்க..."

'பொய், ஸார். தினம் நான்தான் பண்றேன். அவங்க டெய்லி இப்படித்தான் போறாங்க.' என்று நிரஞ்சனாவின் மனம் கூவியது. ஆனால் வாயில் சொற்களை அடைத்துக்கொண்டாள். மனம் பதைபதைக்க மௌனமாக ஸ்கேன் செய்து கொண்டிருந்தாள்.

"ஓ! பர்மிஷன் லெட்டர் தந்தாங்களா?"

"இல்ல ஸார். பர்மிஷனுக்கெல்லாம் இதுவரை லெட்டர் வாங்கினதில்ல இங்க."

"ரூல்ஸ்னு ஒன்னு இருக்கறதாவது தெரியுமா உங்களுக்கு? இனிமே யார் பர்மிஷன் ல போனாலும் லெட்டர் வாங்கி ஹெட் ஆஃபீஸ்ல சப்மிட் பண்ணணும்."

சேகர் தலையாட்ட, நிரஞ்சனா பக்கம் திரும்பினான் சுதன். "உங்க பேர் என்னங்க?"

"நிரஞ்சனா, ஸார்."

“நீங்க சீக்கிரம் முடிச்சுட்டு கிளம்புங்க. வீடு எங்க? ரொம்ப லேட்டாகுதே!”

“மூணாவது ஸ்டாப், ஸார். போயிருவேன்” என்றாள். தன்னையறியாமல் “தினம் இந்த டைம் போய்ப் பழகிருச்சு” என்று முணுமுணுத்தாள். சட்டெனத் திரும்பினான் சுதன்.

“டெய்லி இவ்ளோ லேட்டாகுதா?”

“அது... பெரும்பாலும் ஆயிரும், ஸார்.”

சுதன், சேகரைப் பார்த்தான். சேகர் தடுமாறினார்.

“இந்தப் புள்ள கிளம்பற சமயத்துல யார்னா புக்கிங்குக்கு வந்துருவாங்க, ஸார். கஸ்டமர்ஸ எப்படித் திருப்பி அனுப்பறதுன்னு புக் பண்ண வேண்டி இருக்கும்.”

சுதன் நிரஞ்சனாவிடம் நெருங்கி வந்து ரன்ஷீட்களை வாங்கிப் பார்த்தான். ஒவ்வொரு டெலிவரி ஊழியரும் திரும்பிய நேரத்தைக் கேட்டுத் தெரிந்துகொண்டான்.

“நாளைக்கு புனிதாவை என்னைக் கான்டாக்ட் பண்ணச் சொல்லுங்க, சேகர். மார்னிங் வந்ததுமே என்கிட்ட பேசிட்டு அவங்க வேலை ஆரம்பிச்சாப் போதும்.”

“...”

“நிரஞ்சனா, நீங்க நாளைல இருந்து இந்த ரன்ஷீட் வேலையை அப்படியே வச்சுருங்க. அவங்க முடிச்சுட்டுப் போகாட்டி நீங்க தொடாதீங்க. அப்படியே பெண்டிங் வைங்க. நாளைக்கு புனிதாகிட்ட நான் பேசறேன். நாளைல இருந்து இந்த வேலையை நீங்க பண்ணக் கூடாது. புக்கிங் மட்டும்தான் உங்க வேலை. புரிஞ்சுதுங்களா?”

நிரஞ்சனா பயந்தாள். “அதில்ல ஸார்... எனக்குச் சிரமமில்ல. நான் பண்ணிக்கறேன்.”

“நான் சொல்றது உங்களுக்குப் புரியுதா இல்லையா? ஒரே எக்ஸ்பீரியன்ஸ் உள்ள புக்கிங் ஸ்டாஃபை விட ஈடிபி ஸ்டாஃப்ஸ்க்கு கிட்டத்தட்ட மூவாயிரம் சம்பளம் அதிகம். எதுக்கு? கஸ்டமர்ஸ டீல் பண்ணவும், இந்த ஸ்கேனிங்லாம் ஒழுங்காப் பண்ணி பார்சல் ட்ராக்கிங்ல ஸ்டேட்டஸ் சரியா அப்டேட் காட்டவும்தான்.

ஆனா அதிக சம்பளத்தையும் வாங்கிட்டு அந்த வேலையை உங்க தலைலயும் கட்டறாங்கன்னா, அது தப்பில்லையா?”

“...”

சுதன் கிளம்பி விட்டார். சேகர் அவளிடம் திரும்பினார்.

“உன்கிட்ட தினம் லேட்டா போறதெல்லாம் சொல்லச் சொன்னாங்களா? ஊமை ஊரக் கெடுக்கும்கறது சரியாத்தான் இருக்கு. அவன் பொதுவா மேனேஜரா இருக்கலாம். இந்த ப்ராஞ்ச்சுக்கு நாந்தான் மேனேஜர், புரிஞ்சுக்க. நான் சொல்றதத்தான் நீ செய்யணும்.”

நிரஞ்சனா பயந்தாள். “ஸாரி, ஸார். வேணும்னு பண்ணல...”

“அவதான் அறிவுகெட்ட முண்ட, பொறுப்பில்லாம போறானா நீயும் இப்படிச் சொன்னா, அடுத்த வாரம் மீட்டிங்ல எல்லா ப்ரான்ச் மேனேஜர்கள் முன்னாடியும் என்னை கேவலமா கேப்பானுங்க. அதானே உங்களுக்கெல்லாம் வேணும்?”

“ஐயோ! இல்ல, ஸார்” - நிரஞ்சனா குற்றவுணர்வு கொண்டு கண் கலங்கினாள். செய்யாத தவறுக்கு குற்றவுணர்வு கொள்வதென்பது எப்பேர்ப்பட்ட அவலம்!

அன்று பணி முடிந்து வீடு சென்றும் இந்தச் சிந்தனையே தலைக்குள் ஓடியது. தினம் செய்யும் வேலைதானே! பேசாமல் இருந்திருக்கலாம். நாளைக்கு புனிதா மேம் வந்து என்ன சாமியாடப் போகுதோ! பயத்தில் இரவெல்லாம் உறக்கம் பிடிக்கவில்லை.

நாளை விடுமுறை எடுத்து விடலாமா என்ற யோசனையைப் பிறகு நாள் முழுக்க என்ன நடந்திருக்குமோ எனத் தலை வெடித்து விடும் என்ற இன்னொரு யோசனை முறித்தது.

அன்று சரியாகக் கூட உண்ணாமல் அவதியாகக் கிளம்பினாள்.

“அப்படி அந்த ஆஃபீஸ்ல உனக்கு என்னதான் கொட்டி வச்சிருக்காங்களோ தெரில. இந்தப் பாத்திரத்தையாச்சும் கழுவிக் கவுத்திட்டு போலாம்ல”

அம்மாவின் கரிப்புக் குரலுக்கு நடுவே வெளியேறி வேகமாக நடந்தாள்.

அலுவலகத்திற்கு எப்போதுமே முதல் ஆளாகச் செல்வது நிரஞ்சனாதான். இன்று இன்னும் பத்து நிமிடங்கள் முன்பே வந்திருந்தாள். சேகரிடம்தான் சாவி இருக்கும். அவர் வரும் வரை காத்திருக்க வேண்டும். சேகர் 8:50க்கெல்லாம் வந்தார். முறைத்தார்.

நிரஞ்சனா வழமைக்கும் கூடுதல் பணிவுடன் சாவியை வாங்கித் திறந்தாள். வேகமாகக் கூட்டி சுத்தம் செய்தாள். பணியாளர் ஒவ்வொருவராக வரத் தொடங்கினர். அன்றைய விநியோகத்திற்கான லோட் வந்து இறங்கியது. ஏரியா வாரியாக அவரவர் தபால்களைப் பிரிக்கும் போது புனிதா வந்தாள். இருக்கையில் அவள் அமரும்போது சேகர் சொன்னார்:

"அட்டெண்டென்ஸ்ல கையெழுத்துப் போட்டுட்டு சுதன் ஸாருக்குக் கூப்பிட்டுப் பேசிரு..."

"ஏன் என்னாச்சு?"

"ஆமா, நீ பாட்டுக்கும் ஆறாச்சுன்னா குண்டி மண்ணைத் தட்டிட்டு கிளம்பிடற, நேத்து அவர் எட்டுமணிக்கு வந்து பார்த்து, ரன்ஷீட்டே க்ளோஸ் பண்ணலயானு ஒரே சத்தம். நேத்து பாத்து புக்கிங் வேற ஜாஸ்தி. இந்தப் புள்ள அதைப் பாக்குமா இதை பாக்குமா?"

"நான் ஆறரைக்கு போறதுக்கு ஒரு வருஷம் முன்னமே ஹெட் ஆஃபீஸ் அக்கவுண்டன்ட் ப்ரீத்தா மேம் கிட்ட பெர்மிஷன் வாங்கி இருக்கேன். சரின்னு சொல்லிட்டாங்க."

"லூஸா நீ? அக்கவுண்டன்டுக்கும் இதுக்கும் என்ன சம்பந்தம்? இத்தனை நாள் நான் கண்டுக்காம விட்டேன். இப்ப சுதன் வந்து பாத்துட்டாரு. என்ன சொல்லணுமோ அதை அவர்கிட்ட சொல்லிக்கோ."

நிரஞ்சனாவுக்கு சேகர் மேல் மதிப்பு கூடியது. தான் உளறியதைப் புனிதாவிடம் அவர் கூறவில்லை. மகிழ்ந்துகொண்டிருக்கும் போதே புனிதா நிரஞ்சனாவிடம் பாய்ந்தாள்.

"நீ எட்டு மணி வரை சீட்டை தேய்ச்சுட்டு என்னதான் பண்ணிட்டு இருந்த? உனக்கு இது க்ளோஸ் பண்ண பத்து நிமிஷம் போதும். அந்த டைம் கூடவா கிடைக்கல?"

“மேம், நேத்து செம்ம கூட்டம். கஸ்டமர்ஸ வெயிட் பண்ண வச்சு இந்த வேலையைப் பண்ண முடியாதுல்ல...” - ரன்ஷீட் ஸ்கேன் செய்ய அமர்ந்தாள் புனிதா.

“மேம், நீங்க அவர்கிட்ட பேசிட்டுதான் வேலை ஆரம்பிக்கணும்னு சொன்னாரு.”

“என்ன? திமிரா உனக்கு?”

“இல்ல மேம் அப்பறம் உங்கள அதுக்கு வேற ஏதாச்சும் சொல்லிறப் போறாங்கனுதான்.”

ஒரு நொடி பல்லைக் கடித்தவள், மொபைல் எடுத்து சுதன் நம்பருக்கு அழைத்தாள்.

“ஸார், நான் புனிதா பேசறேன். குட் மார்னிங்.”

“இல்ல, ஸார். நான் போறதுக்குள்ள டெலிவரி ஸ்டாஃப்ஸ் ரெண்டு பேர்தான், ஸார் வந்திருந்தாங்க. இல்லைனா முடிச்சு வச்சிட்டே போயிருப்பேன்.”

“சரிங்க, ஸார்.”

“அதில்ல, ஸார்... நான் போய்தான் புள்ளைங்களுக்கு ஏதாச்சும் சாப்பிடத் தரணும். அதான் சில நாள் கொஞ்சம் சீக்கிரமாப் போவேன்.”

“பாத்துக்கறேன் சார். அந்தப் புள்ள வீடு கொஞ்சம் பக்கம்தான், ஸார். அவளுக்கு லேட்டா போறதுல ஒண்ணும் பிரச்சனை இல்ல ஸார்.”

“ஓக்கே, ஸார். ஓக்கே, ஸார்.”

பேசி முடித்தவள், “சேகர்ணா, சுதன்ட்ட பேசிட்டேன். எல்லாம் சொல்லிட்டேன்.”

“என்ன சொன்னாரு?”

“நீங்களே ரன்ஷீட்டலாம் செக் பண்ணி க்ளோஸ் பண்ணுங்க. அதுல தப்பு வந்துரக் கூடாதுல்ல. அதுக்குதான் சொல்றேன்னாரு.”

“நீ க்ளோஸ் பண்ணிட்டு போ இனி.”

“நான் போறவரைக்கும் வரதைத்தான் க்ளோஸ் பண்ணுவேன். அப்பறம் அவ க்ளோஸ் பண்ணட்டும். அப்படி அந்தப்

புள்ளைக்கு கைநோவுதுன்னு நீ வருத்தப்பட்டா நீ வந்து க்ளோஸ் பண்ணு."

"இந்த வேலைய நான் பாக்கணும்னா அப்பறம் நீ எதுக்கு சம்பளம் வாங்கற? புடுங்கறதுக்கா? எகத்தாள மயிருப் பேச்செல்லாம் என்கிட்ட வச்சுக்காத."

அவர்களுக்குள் பேச்சு சூடானது. இருவருமே பத்தாண்டுகளுக்கும் மேல் அங்கே பணியில் இருப்பவர்கள். கிளையின் இன்சார்ஜாக தற்போது இருக்கும் சேகர், ஆரம்பத்தில் சைக்கிளில் டெலிவரிக்கு வந்தவர்தான். அவருக்குப் படிப்பெல்லாம் அதிகமில்லை; அனுபவ முதிர்ச்சியால் இப்பதவியைத் தந்திருந்தனர். கொரியர் நிறுவனத்தில் கிளைகளின் இன்சார்ஜ்களுக்குப் படிப்புத் தகுதி எதுவும் இருப்பதில்லை. எனவே பதவிக்கான பெரிய மரியாதை எதுவும் அதே அனுபவமுள்ள மற்றவர்கள் அவர்களுக்குத் தருவதுமில்லை. ஆரம்பத்தில் புனிதா சேகரை எப்படி பேசிக் கொண்டிருந்தாளோ அதே பேச்சுதான் இப்போதும். அவர்களது சண்டையும் அப்படிதான். இன்று அடித்துக்கொள்வார்கள். நாளை சேர்ந்துவிடுவர்.

"என்ன ஆளாளுக்கு அந்தப் புள்ள மேல ரொம்ப கரிசனப்படறீங்களே! சுதன் என்னடான்னா வயசுப் புள்ளைய லேட்டா அனுப்பாதீங்கன்றான்? ஏன் நாங்கெல்லாம் லேட்டா போனா கையப் பிடிச்சு இழுக்க மாட்டானுங்களா?"

நிரஞ்சனா மெல்ல மகிழ ஆரம்பிக்கும் போதே, கவனித்த புனிதா அந்த ஆயுதத்தை எறிந்தாள். "உனக்கெல்லாம் நைட் பன்னெண்டு மணிக்கு தனியாப் போனாக் கூட எந்த ஆபத்தும் வராதுன்னு உன்னப் பாத்ததுமே புரிய வேணாம்."

அவமானத்தில் குறுகி புனிதாவைப் பார்த்தாள் நிரஞ்சனா. குரூரம் கண்களில் மின்னச் சிரித்தாள் புனிதா. "ஒங்க ஏரியா அவ்ளோ பாதுகாப்புனு சொல்ல வந்தேன்..."

நிரஞ்சனா புனிதாவின் கேலி புரிந்தும் அமைதியாய் புக்கிங் செய்ய ஆரம்பித்தாள். கண்ணீரை உள்ளிழுக்க முயன்று சில சமயம் தோற்று பின் சமாளித்து வேலையில் ஆழ்ந்தாள். எப்படியும் தனக்கு இதிலிருந்து ஒரு விடிவு வரப்போவதில்லை என்பது

உறுதி. இது பெரிதாக வெடிக்காமல் இருந்ததே தற்போதைய நிம்மதி என்று ஆறுதல் பட்டாள்.

அன்று மாலையும் வழக்கம் போல புனிதா கிளம்பினாள்.

"இங்க பாரு... நாலு ரூட் முடிச்சுட்டேன். இன்னும் நாலு ரூட்டு வரணும். வந்ததும் சீக்கிரம் இதை முடிச்சுட்டு புக்கிங் பாரு. எல்லார்கிட்டயும் சொல்லிட்டு இருக்காத."

"சரி, மேம்."

"ரன்ஷீட்க்கு கீழ செக்டு பைனு என் சைன் போட்டு விடு. இனிமே எல்லாத்துலயும் என் கையெழுத்தே இருக்கட்டும். ஓகேவா. என் கையெழுத்து தெரியும்ல. இப்படித்தான்."

போட்டுக் காட்டினாள். சுலபம்தான்.

நிரஞ்சனாவுக்குப் புரிந்துவிட்டது. சுதன் 'நீங்க க்ளோஸ் பண்ணின எல்லா ரன்ஷீட்லயும் உங்க கையெழுத்து இருக்கணும் இனி' என்று அவளிடம் கூறி இருக்க வேண்டும்.

"சரிங்க, மேம்."

அவள் சென்ற பின் வழக்கம் போல இரண்டு வேலைகளுக்கும் நடுவில் அல்லாடினாள்.

சுதன் ஸார் சொன்னது மனதில் வந்து போனது: 'அவங்க முடிச்சுட்டுப் போகாட்டி நீங்க தொடாதீங்க. அப்படியே பெண்டிங் வைங்க'. ஆனாலும் அதைச் செயல்படுத்த பயமாக இருந்தது. சேகருக்கும், புனிதாவுக்கும் பதில் சொல்ல வேண்டும். இவர்களைத்தானே மறுநாள் தான் சந்திக்க வேண்டும். அது தன்னால் முடியாது. பெருமூச்சு விட்டாள்.

ரன்ஷீட் வேலைகளைச் செய்தாள். எல்லாவற்றிலும் புனிதா என்று கையெழுத்திட்டாள்.

மாதம் கடந்திருந்தது. அன்று டெலிவரி முடிந்து ஆறுச்சாமி வரக் கொஞ்சம் தாமதமாகி இருந்தது. வந்ததும் புனிதாவிடம் தபால்களையும் ரன்ஷீட்டையும் கொடுத்தார்.

"நான் கிளம்ப டைம் ஆச்சு. நீ நிரஞ்சனாட்டக் குடு."

"அந்தப் புள்ளைக்குதான் கூட்டம் இருக்கே. நீ செக் பண்ணிட்டு சரியா இருக்கான்னு சொல்லிட்டா கிளம்பிருவேன். அப்பறம் அந்தப் புள்ள க்ளோஸ் பண்ணிக்கட்டும்."

"ஆம்பள, உனக்கென்ன அவசரம் வீட்டுக்குப் போக? கொஞ்சம் வெயிட் பண்ணி அவ செக் பண்ணினப்பறம் போயேன். நான் இந்த வேலைய முடிச்சதும் கிளம்பிருவேன்."

"இங்க பாரு... ஆம்பள பொம்பள எல்லாம் நீ பேசாத. என் டூட்டி டைம் முடிஞ்சுது நான் கிளம்பறேன். நீ உன் டைமுக்கு முன்னாடியே கிளம்பற. அது தெரியும்ல? என்னுத வாங்கிச் செக் பண்ணிட்டு கிளம்பு."

"இந்த அதிகாரம் பண்ற வேலைலாம் வேற யாரிட்டயாச்சும் வச்சுக்கோ. எனக்கு ஹெட் ஆஃபீஸ் வரை ஆள் இருக்கு. அங்க சொல்லிட்டுதான் சீக்கரம் கிளம்பறேன்."

"ஒனக்கு ஊர்ல எல்லா ஆஃபீஸ்லயும் ஆள் இருக்கும். அதெல்லாம் என் பிரச்சனையில்ல. இப்ப இத செக் பண்ணுவியா மாட்டியா?"

"என்ன ஜாடை பேசறியா? இன்னிக்கு மட்டுமில்ல. இனி என்னிக்குமே உன் ரன்ஷீட்ட நான் தொட மாட்டேன். ஆனதப் பாரு."

"நீ என்னுதத் தொடவும் வேணாம். என் ரன்ஷீட்டக் க்ளோஸ் பண்ணவும் வேணாம்."

ஆறுச்சாமி திரும்ப கொண்டு வந்த தபால்களை ரன்ஷீட்டோடு எடுத்துக் கொண்டு கிளம்பினார். நிரஞ்சனாவுக்கு பதற்றமானது.

"அண்ணா என்கிட்ட கொடுங்க. நான் பார்த்து செக் பண்ணிக்கறேன்."

அவர் காதில் வாங்காமல் தன் இருசக்கர வாகனத்தைக் கிளப்பினார்.

புனிதா சேகருக்கு அலைபேசியில் அழைத்தாள். "ஆறுச்சாமி ரன்ஷீட்டைத் தரமாட்டேனு எடுத்துட்டு போய்ட்டான். தேவை இல்லாம என்னை மோசமா வேற பேசறான்."

நிரஞ்சனா பயத்துடன் அந்த உரையாடலைக் கவனித்தாள்.

“சேகர்ணா நீ பேசுண்ணா. அவன் எப்படியோ போறான். நீ பேசி அவன்கிட்ட ரன்ஷீட்டைக் கொண்டு வந்து தரச் சொல்லு. அப்பறம் நாளைக்கு நான்தானே பதில் சொல்லணும்.”

சற்று நேரத்தில் சேகர் வந்தார். புனிதாவைப் பார்த்துக் கத்தினார்.

“நான் பேசிட்டேன். அவன் வரமாட்டேன்னுட்டான். நீ க்ளோஸ் பண்ண மாட்டேன்னு சொன்னதாலதான் போனேன்னு சொல்றான். நீ அப்படிச் சொன்ன?”

“நான் அதெல்லாம் சொல்லல. நான் கிளம்பறேன். நிரஞ்சனா அப்பறம் பண்ணும்னுதான் சொன்னேன். அதுக்குள்ள அந்தாள் வார்த்தய விட்டான். நிரஞ்சனாட்டயே கேளு நீ.”

“நான் அவன் வீட்டுக்கே போய் பார்த்துட்டு வந்துட்டேன். உன்னால முடிஞ்சதை பாரு தர முடியாதுன்னு சொல்றான். இப்போ என்னதான் செய்யறது? நைட் எல்லார் ரன்ஷீட்டும் சப்மிட் பண்ணி ஆகணுமே! உனக்குதான் அப்படி என்ன வாய் வேண்டி கிடக்கு? இதுக்கு நீ தான் பொறுப்பு. நாளைக்கு கேள்வி வந்தா பதில் சொல்லிக்கோ.”

“நான் என்ன பண்றது? அந்தாள் அசிங்கமாப் பேசறான். அத நீ என்னனு கேக்க மாட்ட. அவனுக்கு சப்போர்ட் பண்ற. என்ன இருந்தாலும் ஆம்பளைங்க அப்படித்தானே!”

“ச்சீய்...” என்று கத்தி விட்டு சேகர் நகர்ந்து விட்டார்.

அன்று புனிதா எட்டு மணி வரை இருந்து மற்ற வேலைகளையும் முடித்தாள். ஆறுச்சாமி ஹெட் ஆஃபீஸில் சொல்லி யாராவது வரக்கூடும் என்ற பயம் அவள் பேச்சில் தெரிந்தது. இடையே ஆறுச்சாமிக்கு அழைத்துக் கொண்டே இருந்தாள். அவர் எடுக்கவே இல்லை.

“நாளைக்கு இதனால எனக்குத்தான் என்கொய்ரி வரும். நாசமாப்போறவன் நல்லாவே இருக்க மாட்டான்” என்று பொலம்பிக்கொண்டும் சபித்துக் கொண்டும் இருந்தாள்.

நடுநடுவே நிரஞ்சனா மீது எரிந்து விழுந்தாள். சேகர் இரவு கிளம்பும் முன் புனிதாவிடம் சாத்வீகமாக சொன்னார். “சரி நீ என்னதான் பேசி இருந்தாலும் அவன் ரன்ஷீட்டையும் கவர்களையும் எடுத்துட்டு போனது தப்பு. நான் ஹெட் ஆஃபீஸ்ல

பேசறேன். அவங்க ஆள் அனுப்பி வாங்கிப்பாங்க. போலீஸ் கூட வரலாம். அவன் பண்ணது தப்பு. பாத்துக்கலாம். நாளைக்கு உங்கிட்ட வந்து ஏதும் கேட்டா, நீ அவன் மேல தப்புன்ற மாதிரியே பேசு. ஏன்னா நான் அப்படிதான் இன்னிக்கு சொல்லுவேன். நீ நாளைக்கு மாத்தி பேசிறாத."

"சரிண்ணா." நிரஞ்சனாவுக்கு புனிதாவின் அவதி ஆனந்தமாக இருந்தது.

மறுநாள் தலைமை அலுவலகத்தில் இருந்து இரண்டு பேர் வந்தனர். அதில் சுதன் ஸாரும் ஒருவர். நிரஞ்சனா இன்றும் அவர் தோற்றத்தை ரசித்துக் கொண்டே, புக்கிங் செய்தாள்.

புனிதாவிடம் இருவரும் சரமாரியாகக் கேள்விகள் கேட்டனர். "எப்படி ஷீட் எடுத்துட்டு போற வரை விட்டீங்க? அவர் வந்ததுமே வாங்கிச் செக் பண்ணி இருப்பீங்கல்ல?"

"ஸார், அவர் என் கைல தரவே இல்ல. வந்த உடனே கிளம்பணும் உடனே பாருன்னு சொன்னாரு. நான் அப்போ மாரிமுத்துவோட கன்சைன்மெண்ட் செக் பண்ணி ஷீட் க்ளோஸ் பண்ணிட்டு இருந்தேன். அது முடிஞ்சுட்டு பாக்கறேன் கால் மணி நேரம் இருங்கன்னேன். அதுக்குள்ள கோபமா கிளம்பிட்டார், ஸார்."

"என்னங்க நீங்க எத்தனை வருசமா வேலை பாக்கறீங்க? அவரோடத செக் பண்ண அஞ்சு நிமிஷம் ஆகுமா உங்களுக்கு. பார்த்து அனுப்ப வேண்டிதானே?"

"ஸார், அது பாதி ஸ்கேன் பண்ணிட்டேன். கையோட முடிச்சுரலாம்னு பார்த்தேன்."

"இதெல்லாம் பொறுப்பான பதிலே இல்லைங்க. டெலிவரி ஸ்டாஃப்ஸ் இல்லைனா நம்ம ஓர்க் எவ்ளோ பாதிக்கும் தெரியுமா? இந்த வேலைக்கு இப்போல்லாம் உடனே ஆளுங்க வரதும் இல்ல. அதெல்லாம் விடுங்க. இப்ப கொண்டு போன கவரைலாம் போட்டுக் கோபத்துல அவன் கொளுத்திட்டா எவ்ளோ பெரிய லீகல் பிரச்சனையாகும் அது?"

"..."

"கஸ்டமர்ஸ் எத்தனையோ இம்பார்டண்ட் விசயங்கள் அனுப்பி

இருப்பாங்க. பல கோடிக்கு செக் இருக்கலாம், காஸ்ட்லி பொருட்கள் பார்சல்ல இருக்கலாம். கொஞ்சமாவது பொறுப்பா நடந்துக்கோங்க. இல்ல உங்களால வேலை செய்ய முடியாதுன்னா கிளம்பிருங்க. இங்க இருக்கவே வேண்டாம்."

"ஸார்... ஸாரி ஸார்."

"சேகர். உங்களுக்கு எத்தனை வருஷ எக்ஸ்பீரியன்ஸ் இருக்கு. உங்கள ஒரு ப்ரான்ச்க்கு இன்ச்சார்ஜா போடறோம்னா நீங்க அதுக்கான கெபாசிட்டியோட இருப்பீங்கனுதானே? இதுக்குக் கூட ஒர்த் இல்லைனா அப்பறம் என்ன வேலை பாக்கறீங்க?" சுதன் எப்போதும் போல் மரியாதையாக பேசிக்கொண்டிருக்கும்போதே மற்றவர் ஒருமையில் சாடினார்.

"ஏன்யா என்னத்த இத்தனை வருசமா கிழிக்கற? ஒருத்தன் ஆஃபீஸ்ல ஒரு பொருளை எடுத்துட்டு போறான்னா அதை தடுக்காம இத்தனை பேர் ஒக்காந்து நொட்டிட்டா இருக்கீங்க? நீயெல்லாம் ஒரு இன்சார்ஜு..."

"இல்ல ஸார்... நான் அவன் வீட்டுக்கே போனேன். அவன் தரல..."

"வீட்டுக்குப் போய் அவன் பொண்டாட்டிய ஒக்கார வச்சு பேன் பாத்தியா?"

"..."

"இந்தாம்மா. நீதானே இங்க ஈடிபி இன்சார்ஜ். இதுக்கான ஆக்ஷனுக்கு ரெடியா இருந்துக்கோ. அந்த ஆறுச்சாமி நம்பர் குடு."

ஆறுச்சாமியிடம் பேசினார். சில பல விவாதங்களுக்குப் பிறகு, "உன் வேலைக்கு ஒண்ணும் ஆகாது. எப்பவும் போல டெலிவரி பண்ணு. நேத்து ரன்ஷீட்டும் கன்சன்மெண்ட்ஸும் எடுத்துட்டு வா. நான்தான் இங்க எல்லாத்துக்கும் மேல. நான் சொல்றேன்ல. வா."

வைத்துவிட்டு புனிதாவிடம் திரும்பினார்.

"நீ ஆம்பளைங்க எதுக்கு சீக்கிரம் வீட்டுக்குப் போகணும்னு கேட்டியா?"

"இல்ல ஸார்... அது வந்து..."

"உன் வேலை தவிர்த்து மத்ததெல்லாம் நீ ஏன் பேசற? அவங்க வெயில்லயும் மழைலயும் அலையறாங்க. முடிஞ்சதும் எப்படா வீட்டுக்குப் போவோம்னுதான் நினைப்பான்."

"..."

ஆறுச்சாமி வந்தார். ரன்ஷீட்டை வாங்கி புனிதாவிடம் கிட்டத்தட்ட எறிந்தார் அந்த அதிகாரி. "இந்தா க்ளோஸ் பண்ணி விடு. இந்த சனிக்கிழமை மீட்டிங் இருக்கும். நீயும் இன்ச்சார்ஜூம் வந்துருங்க. எம்டிகிட்ட பேச வேண்டி இருக்கும்."

கிளம்பிவிட்டனர். புனிதா முகம் கருத்துப் போய் அமர்ந்தாள்.

அலுவலகத்தில் மற்ற டெலிவரி ஊழியர்கள் அனைவரும் கூடியும் தனித்துமாய் பேசிக் கொண்டனர். புனிதாவை வேலையை விட்டு தூக்கிவிடுவார் என்றனர். டெலிவரி ஊழியரில் ஒருவரான மாரிமுத்து அண்ணன் நிரஞ்சனாவிடம் வந்தார்.

"அவளை தூக்கிருவாங்களாம். நீ ஏற்கனவே ஈடிபி வேலையும் பாக்கறதால உன்னை ஈடிபில போட்ருவாங்க. ஒரு வாரத்தில் புதுசா யாரையாச்சும் புக்கிங்குக்கு எடுப்பாங்க. எப்படியும் சம்பளத்துல உனக்கு மூவாயிரமாச்சும் அதிகம் வரும்" என்றார். நிரஞ்சனா செய்தியின் மகிழ்ச்சியை முகத்தில் காட்டாமல் "புனிதா மேம் பாவம்" என்றாள்.

"என்னத்த பாவம். ஃப்ராடு அவ. மனசுல பெரிய ரதின்னு நெனப்பு. என்ன திமிர் பேச்சு! எப்போ பார்த்தாலும் யாரையும் மதிக்காம பேசறது. எல்லாரப் பத்தியும் இன்சார்ஜ்கிட்ட போட்டுக் கொடுக்கறதுன்னுதானே இருக்கா! போகட்டும் விடு. என்ன ஒண்ணு ஒரு வாரம் நீயே ரெண்டு வேலையும் சமாளிக்க வேண்டி இருக்கும். வேற ஆள் போடற வரை."

"எனக்கென்னமோ பயமாத்தாண்ணா இருக்கு."

"நீ இப்படியே பயந்து பயந்து செத்துட்டு இருந்தா இப்படி அடிமையாவேதான் வச்சுட்டு இருப்பாங்க உன்னை. நாளைக்கு மீட்டிங் முடிஞ்சா உன்கிட்ட நீ இதை பார்த்துப்பியா முடியுமான்னு மெயின் ஆஃபீஸ்ல இருந்து கேட்டா முடியும்னு ஸ்ட்ராங்கா சொல்லு."

நிரஞ்சனாவுக்குக் கொஞ்சம் தெம்பாகவும் மகிழ்ச்சியாகவும் இருந்தது. எப்படியும் இரண்டு வேலைகளையும் தான்தான் செய்கிறோம் இப்போதே. வேறு ஆள் போடும் வரை சமாளிக்க வேண்டும். சம்பளமும் கூடுதலாகக் கிடைக்கும். ஒத்துக் கொள்ளலாம்.

இருந்தாலும் புனிதாவுக்கு வேலை போவது கொஞ்சம் வருத்தமாகத்தான் இருந்தது நிரஞ்சனாவுக்கு. இன்னொருவர் துன்பத்தில் தான் மகிழ்வதா என்ற அறமெல்லாம் மூளைக்குள் உட்கார்ந்து கேள்வி கேட்டது. மூளையே அதற்கு பதிலும் சொன்னது - 'அவளுக்கு வேலை போனாத்தான் மூதேவி உனக்கு அந்த வேலை கிடைக்கும்'.

சனிக்கிழமை காலை பத்து மணிக்கு மீட்டிங் என்று சேகரும், புனிதாவும் கிளம்பிச் சென்றனர். நிரஞ்சனா அப்போதிலிருந்தே ஈடிபி பொறுப்பை மனதளவில் ஏற்றுக்கொண்டாள். எல்லாருக்கும் கர்மஸ்ரத்தையாக ஸ்கேன் செய்து ரன்ஷீட் ப்ரிண்ட் எடுத்தாள். கவர்களும், பார்சல்களும் சரியாக ஸ்கேன் ஆகி உள்ளதா என்று சரி பார்த்தாள். ஓர் அலைபேசி அழைப்பையும் விடாமல் பேசினாள். வாடிக்கையாளரிடம் பொறுப்புடனும் நிதானமாகவும் பதில் சொன்னாள். தனக்கு இவ்வளவு பேச வருமா என்று அவளே அதிசயித்து மகிழ்ந்தாள். எல்லாரும் டெலிவரிக்குச் சென்ற பின் தனி ஆளாக அமர்ந்து புக்கிங்கையும், வாடிக்கையாளர் சேவையையும் சமாளித்தாள்.

மதியம் ஒரு மணி இருக்கும்போது சுதன் சார் நம்பரில் இருந்து அழைப்பு வந்தது.

"ஸார், சொல்லுங்க, ஸார்..."

"ஏன்மா நிரஞ்சனா, நீங்க ஈடிபி ஒர்க் பாப்பீங்களா? அதுல எல்லாம் தெரியுமா?"

"ஸார்..."

"நீங்க வந்து ஒண்ணரை வருஷம் ஆகுதுல்ல. எல்லாம் கத்துக்கிட்டு இருப்பீங்கதானே?"

"தெரியும், ஸார்."

"மண்டேல இருந்து நீங்கதான் உங்க ப்ராஞ்ச்க்கு ஈடிபி இன்சார்ஜ். புக்கிங்க்கு வேற புது ஆளோ இல்லைனா வேற ப்ரான்ச்ல இருந்து ஆல்டர்னேட் ஸ்டாஃபோ அரேஞ் பண்ணித் தருவோம். அது வரை ஒரு வாரம், பத்து நாள் சமாளிப்பீங்கில்ல?"

நிரஞ்சனா மகிழ்ச்சியை சிரமப்பட்டு அடக்கிச் சொன்னாள் "சமாளிப்பேன், ஸார்"

"உங்க சேலரியும் இன்க்ரீஸ் ஆகும்மா. பொறுப்பா வேலை செய்ங்க. ஆல் த பெஸ்ட்."

அலைபேசியை வைத்தவுடன் மாரிமுத்து அண்ணனுக்கு போன் செய்தாள். "அண்ணா நீங்க சொன்ன மாதிரியே ஆயிடுச்சு. என்னை ஈடிபி ஸ்டாஃப் ஆக்கிட்டாங்க."

மாரிமுத்து மகிழ்ந்தார். "நல்லதுடா. நீ நல்லா தைரியமா பேசிப் பழகணும். புரியுதா? ஆறுச்சாமிக்கு சொன்னா அந்தக் கழுத போனதுக்கு ரொம்ப சந்தோசப்படுவான்."

ஆறுச்சாமிக்கும், இணக்கமாகப் பேசும் இன்னும் சில ஊழியர்களுக்கும் தகவல் சொன்னாள் நிரஞ்சனா. பெரும்பாலும் அவளது பதவி உயர்வை விடவும் புனிதாவின் வேலை போனதற்குத்தான் அதிகம் மகிழ்ந்தனர்.

அன்று வீடு போகும் வரை புனிதாவும் சேகரும் அலுவலகம் வரவில்லை. சேகர் மீட்டிங்குக்குச் சென்றதால் வேன் டெலிவரிக்கு வேறொருவரை மாற்றாக அனுப்பி இருந்தனர். எனவே அவரே இரவும் லோட் ஏற்றி சென்றார். நடுவில் புனிதாவுக்கோ சேகருக்கோ அழைத்து 'என்ன ஆயிற்று?' என்று கேக்கலாமா என்ற எண்ணத்தை நிரஞ்சனா கைவிட்டாள். விஷயம் தெரிந்து கிண்டலாகப் பேசுவதாக புனிதா கருதக்கூடும். எல்லாம் தன்னால்தான் என சேகர் கடுப்பாகலாம். திங்கள் காலை சேகர் வந்ததும் விஷயம் தெரிய போகிறது அதுவரை பொறுமையாய் இருப்போம்.

திங்கட்கிழமை எப்போதும் போல் வந்து அலுவலகத்தைப் பெருக்கினாள். லோட் வந்தது. சனிக்கிழமை வந்த புதிய டிரைவர்தான் இன்றும் வந்திருந்தார். அவரைக் குழப்பமாய் பார்த்துக் கொண்டிருக்கும் போதே புனிதா தனது டூ வீலரில் வந்து இறங்கினாள்.

உள்ளே வந்ததும் அனைவரையும் அழைத்தாள்.

"முந்தாநேத்து மீட்டிங்ல பேசினோம். அவங்கவங்க தரப்பைச் சொன்னோம். என்னை எம்டி வார்ன் பண்ணினார். ஆனா ஒரு இன்சார்ஜா தன் பொறுப்பை சரியா செய்யத் தவறினது சேகர் அண்ணன்தான்னு அவரை இன்சார்ஜ் போஸ்ட்ல இருந்து தூக்கிட்டாங்க. வேற ப்ரான்ச்க்கு வேன் டிரைவரா போட்டுட்டாங்க. இன்னில இருந்து அங்க போவார்."

"..."

"அவருக்கு அடுத்தபடி அதிக எக்ஸ்பீரியன்ஸ் உள்ள ஆளுன்றதால என்னை நம்ம ப்ராஞ்சுக்கு டெம்ப்ரவரி இன்சார்ஜா போட்ருக்காங்க. அனேகமா ஆறு மாசத்துல பெர்மணன்ட் ஆகிடும். இன்னில இருந்து நான்தான் உங்களுக்கு இன்சார்ஜ்."

"..."

"என்ன யாரும் வாழ்த்தக் கூட மாட்டிங்களா வயித்தெரிச்சல் பிடிச்சவங்களா?"

"வாழ்த்துக்கள் மேம்" - நிரஞ்சனா பூனைக் குட்டி குரலில் சொன்னாள்.

"என்னடி நீ அடுத்த ஈடிபி ஸ்டாஃப் ஆகிட்ட. நல்லாப் பண்ணிருவல்ல? புக்கிங் ஆள் வர வரை ரெண்டும் பாக்கணும் நீ. என் பேரக் காப்பாத்துடி."

ஆறுச்சாமி பொறுக்க மாட்டாமல் கேட்டான் "உனக்கு என்னதான் தண்டனை?"

"நான் என்ன தப்பு பண்ணினேன். நீ பண்ணின தப்பு அது. ரன்ஷீட்டையும் கவரையும் தூக்கிட்டு போனது. நியாயமாப் பாத்தா உன்னையும் என்கொயரிக்கு கூப்டுருக்கணும். சுதன் சாரும் அன்னிக்கு வந்தானே ஒருத்தன் சேவியர்னு அவனும் சேந்து எதோ தப்பு எங்க மேலன்ற மாதிரி திருப்பி உன்னைக் காப்பாத்திட்டாங்க. இன்சார்ஜ் போஸ்ட்ல இருந்தும் தப்பைத் தடுக்க முடியலைனும், திரும்ப வாங்கற சாமர்த்தியம் கூட இல்லாத ஒரு ஆளை இன்சார்ஜா வச்சுக்க முடியாதுன்னுதான் சேகரைத் தூக்கிட்டாங்க."

“நீ பண்ணதுக்கு ஒன்ன மெச்சினாங்களா?”

“ஆறுச்சாமிண்ணா, பணியிடத்தில் பொம்பளயத் தப்பாப் பேசினா பெரிய விவகாரம் ஆகிடும். இப்பலாம் ஹராஸ்மெண்ட் சட்டம் ரொம்ப மாறிடுச்சு தெரியும்ல. நான் அந்த விஷயத்தைப் பெருசுபடுத்தல என்கொய்ரில. அதனால உனக்கு ஒண்ணும் ஆபத்தில்ல.”

“...”

“தெரிஞ்சோ தெரியாமலோ நீ எனக்கு நல்லது பண்ணிருக்க. இந்தப் பொறுப்பு எனக்குக் கிடைச்சிருக்கு. நம்ம சண்டை போடட வேணாம். என்னை வார்னிங்கோடட விட்டாங்க. இங்க வேற பொறுப்பான ஆள் இல்லைன்றதும் காரணமா இருக்கலாம். ஆனா டெலிவரி ஸ்டாஃப்ஸ் நீங்கெல்லாம் எனக்கு கோ-ஆப்ரேட் பண்ணணும். உங்க கோரிக்கைகளை நான் மேல பேசி வாங்கித் தருவேன். இனி இங்க தப்பு வராம நாமதான் பாத்துக்கணும்.”

அவர்கள் லேசாய் தலையசைத்து நகர்ந்தனர். புனிதா நிரஞ்சனாவிடம் சொன்னாள்.

“நான் கூட என் மேல ஆக்‌ஷன் எடுப்பாங்கன்னுதான் நினைச்சேன். ஆனா அங்க போனப்பறம்தான் தெரிஞ்சுது. எந்தத் தப்புக்கும் இன்சார்ஜ்தான் முதல் பொறுப்பு. ஆஃபீஸ் விட்டு ஒரு பொருள் கூட இன்சார்ஜ் பார்வைக்குத் தப்பி வெளிய போகக் கூடாது. அப்படி ஒரு துரும்பு மிஸ்ஸானாலும் நடவடிக்கை இன்சார்ஜ் மேலதான் விழும்னு சொல்லிட்டாங்க. டெலிவரில எந்தத் தப்புன்னாலும் அதையும் சரிபண்ண வேண்டியது இன்சார்ஜ்தான். சேகர் அண்ணன் இருந்த டைம்ல டெலிவரில நிறைய கம்ப்ளைன்ட்ஸ் வந்துட்டே இருந்துச்சுல்ல. எல்லாம் சேத்து, பெரிய சம்பவம் நடக்கவும் மொத்தமா தூக்கிட்டாங்க. இந்தச் சந்தர்ப்பத்துக்காகக் காத்துட்டு இருந்துருக்காங்க, அவரைத் தூக்க.”

நிரஞ்சனா மொத்த உற்சாகமும் வடிந்தவளானாள். ரன்ஷீட் போட்டாள். புக்கிங்கிற்கு ஓடினாள். புனிதா அனைவரையும் மென்மையாக அதட்டிக்கொண்டே இருந்தாள்.

“டெலிவரி ஸ்டாஃப்லாம் அவங்கவங்க ரன்ஷீட் போட்டு முடிஞ்சதும் உடனே கிளம்புங்க. ஏய் நிரஞ்சனா இன்னுமா நீ ஃபர்ஸ்ட் ரூட் ரன்ஷீட் போட்டு முடியல. வேகமா முடி.”

ஒரு நாளிலேயே நிரஞ்சனாவுக்குச் சோர்வு தட்டியது. அனைவரையும் அனுப்பிவிட்டு புனிதா இன்சார்ஜ் இருக்கையில் அமர்ந்து அக்கௌன்ட் புக்கிங் செய்யும் நிரந்தர வாடிக்கையாளர்களிடம் மாதத் தொகை கேட்டு அலைபேச அமர்ந்துவிட்டாள். வேறு எந்த வேலைக்கும் வரவில்லை. இதுவரை அவள் பார்த்து வந்த ஒரே வேலையான வாடிக்கையாளர் சேவையும் சேர்ந்து நிரஞ்சனாவிடம் வந்தது. அன்று மாலை ரன்ஷீட்டில் யார் கையெழுத்துப் போடுவது என்ற சந்தேகம் வந்தது நிரஞ்சனாவுக்கு.

“மேம் இதுல என் சைன் பண்ணவா?”

“ஏய், இரு இரு... ஒரு வாரத்துக்கு என்னைத்தான் செக் பண்ணச் சொல்லி இருக்காங்க, நீ புதுசுன்றதால. நீ ஏற்கனவே இங்க எல்லாம் பாக்றவதான். ஆனாலும் அவங்க கேட்கறப்போ நான் இதெல்லாம் சொல்ல முடியாதுல்ல. ஒரு வாரம் நான் மேற்பார்வை பார்த்ததாவே இருக்கட்டும். செக்டு பை ல எப்போவும் போல என் சைன் போட்டுரு.”

இரண்டு நாட்கள் சென்றன. இரண்டு ஆள் வேலை செய்ததில் நிரஞ்சனா துவண்டுவிட்டாள். “மேம் புக்கிங் சமாளிக்க முடியாட்டி வேற ப்ராஞ்ச்ல இருந்து ஆள் அனுப்பறதாச் சொன்னாங்க. நீங்க கேட்டுப் பாக்கறீங்களா?”

“அவங்க அப்படிதான் சொல்வாங்க. இப்போ நான் கேட்டா நீதான் இருக்கியே. அப்பறம் என்ன? அந்தப் புள்ள பிசியா இருக்கறப்போ நீ கொஞ்சம் புக்கிங் பாக்கலாம்லன்னு என் பக்கம் திருப்புவாங்க. உனக்கு இதென்ன புதுசா? தட்டித் தூக்கிற மாட்ட? அதெல்லாம் சமாளிக்கலாம். போய் வேலையப் பாரு. ரொம்ப முடியாட்டி சொல்லு. நான் வரேன்.”

மாலையில் அதிக கூட்டத்தில் அழைத்தாள். “மேம் கொஞ்சம் புக்கிங் பாக்கறீங்களா?”

“நான் இங்க கலெக்‌ஷனுக்குப் பேசிட்டு இருக்கறது தெரியலையா? ஒரு பொறுப்பெடுத்தா சரியாப் பண்ணணும். இந்த மாசம் கலெக்‌ஷன் நான் வாங்கித் தரணும். ஆஃபீஸுக்கு வருமானம் வரதுதான் முக்கியம். உன்னால முடியாட்டி அவங்க கேட்கறப்போவே முடியாதுன்னு சொல்லிருக்கணும். எல்லாம் சமாளிப்பேன்னு சொல்லி இருக்கல்ல...”

வாடிக்கையாளர்கள் மத்தியில் கத்தினாள். நிரஞ்சனாவுக்கு வேதனையாக இருந்தது. தொண்டையை அடைத்தது. நிதானப்படுத்திக்கொண்டு வேலையைப் பார்த்தாள்.

மாரிமுத்துவின் ரன்ஷீட் ஸ்கேன் செய்யும்போது கவனித்தாள். அவர் டெலிவரி செய்த ஒரு பொருளின் எண்ணுக்கு நேராக வாடிக்கையாளர் கையொப்பம் இல்லை. அதற்குப் பதில் அதற்கடுத்த பொருளுக்கு நேராகக் கையெழுத்து இருந்தது. ஆனால் அப்பொருள் டெலிவரி ஆகவில்லை. சில நேரம் இப்படி டெலிவரிக்காரர்களும் பெறுநர்களும் சரியாகக் கவனிக்காமல் மாற்றிக் கையெழுத்தாகிவிடும். மாலையில் டெலிவரி ஆகாது திரும்பிய பார்சல்களை ஸ்கேன் செய்யும் ஈடிபி ஸ்டாஃப் அதைச் சரிசெய்து மாற்றி அம்புக்குறி இட்டு ரன்ஷீட்டைக் க்ளோஸ் செய்ய வேண்டும். அவ்வப்போது நடக்கும் பிழைதான்.

அதேபோல் மாற்றித் திருத்த முயன்றவள் ஒரு கணம் யோசித்தாள். அவர் டெலிவரி செய்யாமல் கையெழுத்து வாங்கி இருந்த பொருள் ஒரு பல் செட். பல் செட் தயாரிப்பு நிறுவனத்திடமிருந்து ஒரு மருத்துவமனைக்குச் செல்கிறது. அந்தப் பல் மருத்துவரின் ஆர்டர்கள் வழமையாக அந்த நிறுவனத்திலிருந்துதான் வரும். அத்தயாரிப்பு நிறுவனம் அவர்கள் கொரியரில் மாதாந்திரக் கணக்கில் அக்கவுண்ட் புக்கிங் செய்பவர்கள். மாத பில்லே ஐம்பதாயிரத்திற்கு மேல் வரும். முன்பொரு முறை ஏரியா மாற்றி ஒரு ஊழியர் தவறாக டெலிவரி செய்து விட, அம்மாத பில் தொகை அறுபத்தைந்தாயிரத்தையும் செலுத்தாமல் அக்கவுண்டையும் கேன்சல் செய்துவிட்டனர். திரும்ப சேகர்தான் போய் கெஞ்சிப் பேசி, இனி இப்படித் தவறேதும் நடக்காது என்று உறுதிமொழி தந்து அந்த டெலிவரியையும் நேர் செய்து அக்கவுண்ட் புக்கிங் ஆர்டரைத் திரும்பப் பெற்றார்.

அவ்வளவு கறாரான நிறுவனம் அது. அக்கவுண்ட் வைத்திருக்கும் வாடிக்கையாளர்கள் மூலம் வரும் மாதாந்திர வருமானம் அதிகம் என்பதால் அவர்களுக்கான மரியாதையும் மதிப்பும் அதிகம். அவர்களை எதிர்த்தோ மறுத்தோ ஒரு சொல் கூட பேசிவிடக் கூடாது.

ஒரு பல் செட்டின் விலை பதினைந்தாயிரம் என்று முன்பு எப்போதோ பில்லில் பார்த்த நினைவு. அந்தப் பல் செட் டப்பா

மிகச் சிறியதாகத்தான் இருந்தது. ஒன்றோ இரண்டோ பற்கள் மட்டும் இருக்க வேண்டும். மாரிமுத்து பார்சல்களை வைத்துப் போன கூடையில் இருந்து செக் செய்தவற்றை எடுத்துத் தனி ட்ரேயில் போட்டுக்கொண்டிருக்கும்போதே அந்த பல் செட்டை மட்டும் தவறவிட்டாள். அது அவளது மேசைக்கு அடியில் சென்றது.

நிரஞ்சனாவின் மேசைக்கு எதிரில் மேலே கண்காணிப்பு கேமரா இருக்கிறது. அவளது மேசை முப்புறம் மூடியது என்பதால் கேமராவில் மேசையின் அடிப்பகுதி தெரியாது. தன் கைப்பையை மேசைக்கு அடியில்தான் வைத்திருப்பாள். இருக்கையில் அமர்ந்ததும் பல்செட் அட்டைப் பெட்டியைக் காலுக்குக் கீழே அழுத்தி கைப்பைக்குப் பின் மறைத்தாள்.

மாரிமுத்துவின் ரன்ஷீட்டை க்ளோஸ் செய்யும்போது பல்செட்டை டெலிவர்ட் என்று உள்ளிட்டாள். பின் செக்டு பை புனிதா என்று அழுத்தமாகக் கையெழுத்திட்டாள். வீட்டிற்குச் செல்லும் முன் குனிந்து பையை எடுக்கும்போது பல் செட்டைப் பைக்குள் போட்டாள்.

பேருந்து விட்டு இறங்கியதும் அங்கிருந்த குப்பைத் தொட்டியில் பல் செட்டை வீசினாள்.

‘எந்தத் தப்புக்கும் இன்சார்ஜ்தான் முதல் பொறுப்பு. ஆஃபீஸ் விட்டு ஒரு பொருள் கூட இன்சார்ஜ் பார்வைக்குத் தப்பி வெளிய போகக் கூடாது. அப்படி துரும்பு மிஸ்ஸானாலும் நடவடிக்கை இன்சார்ஜ் மேலதான் விழும். டெலிவரில எந்தத் தப்புன்னாலும் அதையும் சரிபண்ண வேண்டியது இன்சார்ஜ்தான். சேகர் அண்ணன் இருந்த டைம்ல டெலிவரில நிறைய கம்ப்ளைன்ட்ஸ் வந்துட்டே இருந்துச்சுல்ல. எல்லாம் சேத்து, பெரிய சம்பவம் நடக்கவும் மொத்தமாத் தூக்கிட்டாங்க.’ - புனிதாவின் சொற்கள் காதில் ஒலித்தன.

(வாசகசாலை 100வது இதழில் - அக்டோபர் 2024 - வெளியானது)

★★★

ஆசிரியர் குறிப்பு

சௌம்யா கோவையைச் சேர்ந்த பெண் எழுத்தாளர். சமூக வலைதளங்களில் இருந்து எழுத வந்தவர்களில் முக்கியமானவர். 2016ல் 'அம்மா' கவிதைத் தொகுதி மின்னூலாக வெளியானது. 2023ல் 'களிற்றடி' சிறுகதைத் தொகுதி வெளியானது. 2024ல் 'காதற்கள்' என்ற குறுநாவல் தொகுதியும் 'அறவான்' என்ற சிறுகதைத் தொகுதியும் வெளியாகின. குறும்படம் ஒன்றுக்கும் பங்களித்திருக்கிறார். தனிவாழ்வில் சுயதொழில் முனைபவர்.

பாரதி தமிழ் இலக்கியப் பேரவை சிறந்த நூலுக்கான போட்டியின் சிறுகதைப் பிரிவில் 'களிற்றடி' நான்காம் பரிசைப் பெற்றது (2024). உதிரிகள் சிற்றிதழ் நடத்திய சிறுகதைப் போட்டியில் 'மூளி' மூன்றாம் பரிசு பெற்றது (2023). கானல் அமீரகம் நடத்திய சிறுகதைப் போட்டியில் 'அறவான்' சிறப்புப் பரிசு பெற்றது (2024). பாலைவனப் பாவலர்கள் நடத்திய கடிதப் போட்டியில் மூன்றாம் பரிசு பெற்றார் (2024). ஆனந்த விகடன், உதிரிகள், விகடன்.காம், தமிழ் மின்னிதழ் ஆகியவற்றில் இவரது படைப்புகள் வெளியாகி இருக்கின்றன. பரவலான வாசக ஏற்பைப் பெற்ற இவரது புனைகதைகளில் காதலின் மென்னுணர்வு, குழந்தைமையின் அறியாமை, யதார்த்தத்தின் குரூரம் ஆகியன வெளிப்படுகின்றன.

2011 முதல் சமூக வலைதளங்களில் தீவிரமாக எழுதி வருகிறார். ட்விட்டரில் 94 ஆயிரம், ஃபேஸ்புக்கில் 16 ஆயிரம் ஃபாலோயர்கள் கொண்ட பிரபலம். ஆனந்த விகடன் (வலை பாயுதே), குங்குமம் (வலைப் பேச்சு), அவள் விகடன் (லைக் கமெண்ட் ஷேர்), தினகரன் உள்ளிட்ட இதழ்களில் இவரது சமூக வலைதளப் பதிவுகள் வெளியாகி இருக்கின்றன. பதிவுகள் மற்றும் பதில்களில் தெறிக்கும் கூரிய பகடி இவரது பிரத்யேக அடையாளம்.

வலைதளங்கள் :

https://www.arattaigirl.com/

https://www.facebook.com/sowmya.ragavan

https://x.com/arattaigirl

https://www.instagram.com/arattaigirl_sowmya/

மின்னஞ்சல் : sowumiyaa@gmail.com

www.ingramcontent.com/pod-product-compliance
Lightning Source LLC
LaVergne TN
LVHW100255051026
849517LV00006B/2094
* 9 7 8 9 3 9 5 4 7 3 1 4 9 *